ĐÀO TẠO MÔN ĐỆ CẤP TIẾN

Một cẩm nang hỗ trợ việc đào tạo môn đệ Chúa trong các nhóm nhỏ, nhà thờ riêng, các cuộc truyền giáo ngắn hạn, dẫn đến phong trào phát triển nhà thờ.

Đào tạo môn đệ cấp tiến

Một cẩm nang hỗ trợ việc đào tạo môn đệ Chúa trong các nhóm nhỏ, nhà thờ riêng, các cuộc truyền giáo ngắn hạn, dẫn đến phong trào phát triển nhà thờ.

Tác giả: Tiến sĩ Daniel B. Lancaster

Được xuất bản bởi: T4T Press

In lần đầu năm 2011

Bản quyền đã được bảo hộ. Nếu không có sự cho phép của tác giả, không có bất kì phần nào của cuốn sách này có thể được tái bản hoặc truyền đi dưới bất kỳ hình thức nào hoặc bằng bất kỳ phương tiện, điện tử hoặc cơ khí, bao gồm ghi âm, in ấn hoặc bằng bất kỳ thông tin lưu trữ và hệ thống thu hồi, mà không có sự cho phép bằng văn bản của tác giả, trừ trường hợp trích dẫn.

Bản quyền 2011 thuộc về Daniel B. Lancaster

ISBN 978-1-938920-38-7 printed

Trừ khi có những chỉ định khác, mọi trích dẫn Kinh Thánh đều được trích từ HOLY BIBLE, NEW INTERNATIONAL VERSION®, NIV® copyright © 1973, 1978, 1984 bởi Hội Thánh Kinh Quốc Tế. Được sự cho phép bởi Zondervan. Bản quyền đã được bảo hộ.

Đào tạo môn đệ cấp tiến: Một cẩm nang hỗ trợ việc đào tạo môn đệ Chúa trong các nhóm nhỏ, nhà thờ riêng, các cuộc truyền giáo ngắn hạn, dẫn đến phong trào phát triển nhà thờ/Daniel B. Lancaster.

Bao gồm các tài liệu tham khảo chuyên đề.

ISBN 978-1-938920-38-7

1. Khóa Đào Tạo Theo Chúa Giê-su: Môn Đệ Cơ Bản – Cuốn 1. Hoa Kỳ

Khuyến Nghị

"Chúng ta luôn cần những cuốn sách giúp chúng ta thấy được việc mở rộng công cuộc truyền giáo và phát triển nhà thờ bằng đôi mắt của kinh nghiệm và sự cống hiến. Khóa Đào Tạo Theo Chúa Giê-su quả là một hệ thống đơn giản hóa kế hoạch của Chúa Giê-su nhằm truyền bá cho toàn thế giới ngày nay.

Cuốn sách này được viết bởi một học viên, không hẳn là một nhà lý luận. Bạn sẽ làm giàu tri thức của mình hơn từ việc đọc và nghiên cứu theo Khóa Đào Tạo Theo Chúa Giê-su, một cách tiếp cận mới từ ngòi bút của nhà truyền giáo kỳ cựu Dan Lancaster."

Roy J. Fish
Giáo sư danh dự
Chủng Viện Thần Học Báp-tít Tây Nam

"Bạn đang tìm kiếm các phương pháp thiết thực để đào tạo những người tìm kiếm, những tín đồ mới trở nên môn đệ Chúa? Chính là đây!

Một cẩm nang đào tạo môn đệ trong ba ngày dễ dàng cho các môn đệ mới có thể đào tạo những người khác yêu mến, vâng theo sự chỉ dạy của Chúa Giê-su ngay. Tôi sẽ luôn mang theo cẩm nang này, cuốn cẩm nang được đúc kết từ kinh nghiệm dày dặn trong việc thực hành theo Kinh Thánh của Ngài Dan Lancaster."

Galen Currah
Đào tạo viên cố vấn lưu động Paul Timothy
www.Paul-Timothy.net

"Cách tiếp cận rõ ràng và lặp đi lặp lại của cẩm nang này cung cấp một khuôn khổ hiệu quả giúp các tín đồ mới hiểu và nắm rõ những điều cơ bản của đức tin, và chia sẻ với mọi người những gì họ đang học."

Clyde D. Meador
Phó chủ tịch điều hành
Hội Truyền Giáo Quốc Tế, Liên Hiệp Báp-tít Nam Phương

"Tôi đã giảng dạy tài liệu này cho hơn một trăm nhà lãnh đạo ở Mỹ và tôi luôn luôn nhận được hai câu trả lời: 'Thật đơn giản "và "Giá mà tôi được học những điều này từ nhiều năm trước". Cẩm nang này chứa đựng chân lý mang tính lan truyền, thiết thực, đã được chứng minh và hiệu quả trong việc đào tạo môn đệ để những người này tiếp tục đi rao giảng. Tôi đánh giá cao cuốn sách này bằng cả trái tim!"

Roy McClung
Nhà truyền giáo/ Cố vấn
www.MaximizeMyMinistry.com

"Đây là một giáo lý cho thế giới CPM, là một ứng dụng đơn giản của một quá trình có khả năng mở rộng để cung cấp một khuôn khổ cơ bản cho một cuộc sống sinh sôi nảy nở của các môn đệ. Cuốn sách chứa đựng đầy đủ các giá trị, thủ thuật có ích và thiết thực."

Curtis Sergeant
Phó chủ tịch của Các Chiến Lược Toàn Cầu
Đoàn Mục Sư Cộng Sự E3
www.e3partners.org

"Khóa Đào Tạo Theo Chúa Giê-su tập Một – Đào Tạo Môn Đệ Cấp Tiến là cẩm nang thiết thực dành cho các môn đệ Chúa mà những tín đồ mới có thể thiết lập tư tưởng của họ trong Chúa Giê-su. Cuốn sách dạy cho các tín hữu yêu mến Thiên Chúa với tất cả trái tim, tâm trí, linh hồn và sức mạnh, đồng thời cung cấp công cụ mà các tín hữu mới cũng như những tín hữu trưởng thành hơn có thể sử dụng khi họ truyền đạt tình yêu của Chúa Ki-tô.

Từ ngày bắt đầu, học viên phát triển một mối quan tâm về một thế giới bị mất và đang chết dần. Đào tạo viên đào tạo những người khác để chia sẻ những gì họ đã học được khi họ tiến vào các vùng bóng tối với ánh sáng của Chúa Giê-su. Cuốn sách thiết thực này đậm chất Kinh Thánh, thân thiện với người đọc và táo bạo."

Gerald W. Burch
Nhà truyền giáo danh dự
Hội Truyền Giáo Quốc Tế, Liên Hiệp Báp-tít Nam Phương

"Dan Lancaster đã cung cấp một phương pháp đậm chất Kinh Thánh mà đơn giản và có thể nhân rộng ra cho việc đào tạo con chiên có tư tưởng cấp tiến của Thiên Chúa. Còn gì mà bạn phải tìm kiếm? Ông dùng tám hình ảnh của Chúa Giê-su để giúp các tín đồ lớn mạnh trong Chúa. Những lý luận này đã được kiểm nghiệm thông qua sự thử thách của kinh nghiệm truyền giáo và sẽ tác động đến bạn."

Ken Hemphill
Nhà chiến lược quốc gia của
Truyền Tự Tin Phát Triển Vương Quốc
Tác giả, Diễn giả, Cố vấn phát triển,
Giáo sư chủ nghĩa Tin Mừng và Phát triển Hội Thánh

"Tôi đã sử dụng tài liệu này ở Philippines và cảm thấy hài lòng vì nó thực sự có hiệu quả! Tôi đã hỏi các thực tập sinh rằng sao các bạn lại thích tài liệu này, và nhận được câu trả lời: "Vì những gì chúng tôi giảng dạy cũng có thể dùng để đào tạo cho những người khác!". Những bài học đơn giản này thực sự có giá trị tuyệt vời: CÓ THỂ NHÂN RỘNG.

Chúng tôi đã nhìn thấy các luật sư, bác sĩ, đại tá quân đội, doanh nhân, quả phụ, và bảo vệ tại cổng, người được giáo dục lẫn người không được đều dùng tài liệu này để đào tạo những người mà họ cũng đang đào tạo những người khác nữa."

Darrel Seale
Nhà truyền giáo ở Phi-líp-pin

"Là một nhà thành lập các Hội Thánh địa phương từ các vùng nông thôn đến thành thị ở Thái Lan hơn ba mươi năm, tôi thường xuyên gặp tình trạng "các nhà thờ bị thu hẹp" - phải liên tục phụ thuộc vào những nhà lãnh đạo bên ngoài cho công tác nuôi dưỡng linh hồn. Tình trạng này chủ yếu là do các nhà thành lập sử dụng các phương pháp giảng dạy nặng tính Tây phương, khiến cho các tín hữu bản địa không thể nhân rộng ra được. Rất ít nhà thờ tự nhân rộng ra được – họ đã tự làm tê liệt mình ngay từ lúc đầu!

Cẩm nang này giúp chúng ta nhận biết hai điểm mấu chốt để đảm bảo rằng tính đơn giản của khả năng nhân rộng và lặp lại sẽ lan truyền qua các tín hữu trên khắp cả thế giới."

Jack Kinnison
Nhà truyền giáo danh dự
Hội Truyền Giáo Quốc Tế, Liên Hiệp Báp-tít Nam Phương

"Chúa Giê-su từng nói: "Ai muốn theo tôi, phải từ bỏ chính mình, vác thập giá mình hằng ngày mà theo". Là một giáo viên, người cha, mục sư và nhà truyền giáo, Dan Lancaster hiểu những nhu cầu cơ bản và không thể thay thế của các môn đệ. Cẩm nang này thực sự giá trị, đầy tính chiến lược và thích hợp cho các ngôi làng xa xôi cũng như đại học.

Tiếng gọi làm môn đệ Chúa vang vọng toàn thế giới, Tiến sĩ Lancaster đã đúc kết nên một công cụ tiện lợi và có thể nhân rộng ra cho mọi nền văn hóa và môi trường. Áp dụng các phương pháp đơn giản và chắc chắn, Khóa Đào Tạo Theo Chúa Giê-su làm cho việc đào tạo môn đệ Chúa trở nên vui vẻ và dễ nhớ. Đây chính là một cẩm nang trọn vẹn cho các môn đệ: đầy tính Kinh Thánh, có thể nhân rộng, thiết thực và sinh sôi nảy nở.

Bob Butler
Giám đốc quốc gia
Dịch Vụ Hợp Tác Quốc Tế tại
Pôm-Pênh, vương quốc Cam-pu-chia

"Dr. Dan Lancaster không những nghiên cứu sâu về Tin Mừng mà còn về cả nền văn hóa. Ông đã cho chúng ta một quá trình đơn giản và khả thi giúp các tín đồ phát triển mạnh mẽ trong Chúa theo phương pháp của Chúa Giê-su chứ không phải theo một "chương trình định sẵn". Phương pháp dành cho các nhà thờ riêng này lấy Chúa Ki-tô làm trung tâm và định hướng nơi các môn đệ. Tôi đánh giá cao phương pháp này và cầu nguyện rằng nó sẽ vượt tầm văn hóa nhà thờ riêng, được sử dụng trong các nhà thờ truyền thống ở Bắc Mỹ."

Ted Elmore
Nhà chiến lược Cầu nguyện và Sứ vụ trên mặt trận
Liên hiệp Báp-tít Nam Phương Texas

Mục Lục

Khuyến Nghị 3
Lời Tựa 11
Lời Cảm Ơn 13
Giới Thiệu 15

Phần 1 – Bu-Lông Và Đai Ốc

Kế Hoạch Của Chúa Giê-su 23
Đào Tạo Đào Tạo Viên 31
Thờ Phượng Đơn Giản 39

Phần 2 – Đào Tạo

Lời Chào Mừng 47
Sinh Sôi Nảy Nở 55
Tình Yêu 71
Cầu Nguyện 83
Vâng Lời 97
Bước Đi 113
Ra Đi 129
Chia Sẻ 141
Gieo Hạt 155
Vác Lấy 167

Phần 3 – Tham Khảo

Nghiên Cứu Thêm	177
Ghi chú	179
Phụ Lục A	181
Phụ Lục B	183
Phụ Lục C	193
Các Nguồn Khác	197

Lời Tựa

"...dạy bảo họ tuân giữ những điều Thầy đã truyền cho anh em."

Những lời kết về Sứ Mạng Truyền Giáo quan trọng và đầy thử thách còn được lưu lại cho chúng ta như khi xưa Chúa Ki-tô ban ra 2000 năm về trước. Thế thì việc dõi theo những mệnh lệnh của Chúa Giê-su nghĩa là gì? Tông đồ Gio-an đã nói rằng nếu chúng ta ghi chép lại mọi thứ Chúa Giê-su đã nói và làm thì sẽ lấp đầy mọi cuốn sách trên toàn thế giới (Gio-an 21:25). Chắc chắn là Chúa Giê-su có những điều súc tích hơn. Tiến sĩ Lancaster đã rút ra tám hình ảnh của Chúa Giê-su và đặt tên là Đào Tạo Môn Đệ Cấp Tiến – Một phần của *Khóa Đào Tạo Theo Chúa Giê-su* nhằm biến đổi một người theo Chúa Ki-tô trở thành môn đệ của Người.

Trong *Đào Tạo Môn Đệ Cấp Tiến*, Tiến sĩ Lancaster nhắm đến mục tiêu cao hơn thay vì chỉ đơn giản là xuất bản một cuốn sách nữa về môn đệ Chúa. Ông đặt tầm nhìn vào hoạt động phát triển môn đệ Chúa. Vì mục đích này, ông đã trải qua bốn năm xây dựng, thử nghiệm, đánh giá, và sửa đổi lại chương trình của mình cho đến khi ông đã nhìn thấy rằng chương trình này không chỉ chuyển đổi các tín hữu mới thành môn đệ Chúa Ki-tô, mà còn giúp họ trở thành những người rao giảng cho các tín hữu khác.

Sau khi viết nên hệ thống đào tạo môn đệ này, Tiến sĩ Lancaster đã thực hiện toàn bộ Thánh Thể Chúa Ki-tô trong một buổi lễ bằng cách đúc kết những bài học này thành một phương pháp thân thiện, có thể nhân rộng và có thể thích ứng với bất kì nền văn hóa nào trên thế giới. Đào Tạo Môn Đệ Cấp Tiến là một sự đóng góp đầy nghị lực cho ước muốn trở nên giống Chúa Giê-su bất diệt và phát triển Nước Chúa thông qua các tín hữu mới trên toàn thế giới.

Đào tạo môn đệ Chúa trong thế giới hiện nay thật không phải dễ dàng, nhưng cũng không phải là không thể hay chỉ là tùy ý. Khi bạn đi sâu vào Đào Tạo Môn Đệ Cấp Tiến của Tiến sĩ Lancaster, bạn sẽ gặp một môn đệ và một người rao giảng sẽ cho bạn thấy một lộ trình đã được kiểm nghiệm và chứng minh cho con đường phía trước.

David Garrison
Chiang Mai, Thái Lan
Tác giả cuốn – Phong Trào Phát Triển Hội Thánh: Cách Thiên Chúa Đang Cứu Chuộc Một Thế Giới Bị Hư Mất

Lời Cảm Ơn

Tôi xin gửi lời cám ơn chân thành đến các thành viên của 3 Hội Thánh tại Hoa Kỳ, nơi mà chương trình Khóa Đào Tạo Theo Chúa Giê-su bắt đầu từ 15 năm trước: Hội Thánh Kinh Thánh Cộng Đồng, Hamilton, Texas (một Hội Thánh vùng nông thôn); Hội Thánh Báp-tít Giao Ước Mới, Temple, Texas (một Hội Thánh được thành lập dành cho môn đệ) và Hội Ái Hữu Cao Nguyên, Lewisville, Texas (một Hội Thánh ngoại ô). Qua nhiều năm, chúng ta đã thấy Khóa Đào Tạo Theo Chúa Giê-su phát triển từ bốn hình ảnh của Chúa Ki-tô thành bảy, và cuối cùng là tám. Chúng ta đã chia sẻ nhiều cho nhau, kết quả là tình yêu thương và những lời cầu nguyện đã sinh hoa kết trái ở nhiều quốc gia.

Các cộng tác viên bản địa ở nhiều nước Đông Nam Á đã giúp chúng tôi cải tiến và bổ sung cho chương trình. Vì một số lý do liên quan tới an ninh và an toàn ở các nước này, tôi xin mạn phép không đăng tên của họ. Đặc biệt, một nhóm ba kiều dân đã giúp thực nghiệm việc đào tạo và đang tiếp tục đào tạo các thế hệ môn đệ thành công để tiếp tục đi rao giảng.

Tôi xin gửi lời cám ơn chân thành đến những ân nhân đã hỗ trợ trọn vẹn cho các lễ cầu nguyện, góp ý, và động viên trong suốt bốn năm phát triển ở Đông Nam Á. Các bạn đã giúp tập trung và cải thiện chương trình đào tạo một cách đáng kể.

Mỗi người chúng ta là tác phẩm của những người thầy thông thái và kinh nghiệm sống. Tôi xin gửi lời cám ơn chân thành đến Đức Cha Ronnie Capps, Tiến sĩ Roy J. Fish, Đức Cha Craig Garrison, Tiến sĩ David Garrison, Tiến sĩ Elvin McCann, Đức Cha Dylan Romo, và Tiến sĩ Thom Wolf về những tác động của họ đối với cuộc đời môn đệ Chúa Giê-su của tôi.

Tôi đặc biệt cám ơn Tiến sĩ George Patterson và Galen Currah về nhiều trò chơi sinh hoạt trong khóa học này.

Cuối cùng, tôi xin gửi lời cám ơn chân thành đến gia đình của tôi về những sự ủng hộ về vật chất lẫn tinh thần. Các con tôi, Jeff, Zach, Karis, and Zane tiếp tục là một nguồn đức tin, hy vọng và tình yêu vô tận.

Holli, vợ tôi, đã thực hiện một công việc đặc biệt: kiểm tra bản thảo nhiều lần và đưa ra ý kiến. Cô ấy đã cung cấp thêm một số ý tưởng hay từ những hội thảo đào tạo mà cô ấy chủ trì, và là một cố vấn tận tâm đưa ra những tư tưởng, qua niệm đã được tán thành hơn mười lăm năm qua.

Cầu xin Thiên Chúa chúc lành cho tất cả mọi người, để chúng ta tiếp tục đào tạo nên những nhà lãnh đạo đầy nhiệt huyết, cao cả và hàn gắn các quốc gia trên thế giới!

Tiến sĩ Daniel B. Lancaster
Đông Nam Á

Giới Thiệu

Chào mừng các bạn đến với *Đào Tạo Môn Đệ Cấp Tiến*, phần một của Khóa Đào Tạo Theo Chúa Giê-su! Cầu Chúa chúc lành và ban thành công cho bạn. Cầu cho sứ vụ của bạn sẽ sinh hoa kết trái gấp trăm lần khi bạn song hành cùng Chúa Giê-su một cách chậm rãi đến những người chưa được tiếp cận.

Cẩm nang mà bạn cầm trong tay là một hệ thống đào tạo hoàn chỉnh dựa trên kế hoạch truyền bá cho toàn thế giới. Đây là thành quả của nhiều năm nghiên cứu và kiểm nghiệm ở Bắc Mỹ và Đông Nam Á. Hệ thống này rất thực tế, không lý thuyết. Hãy áp dụng nó để tạo sự khác biệt thực sự trên thế giới khi bạn đang thực hiện sứ mạng của mình cùng Thiên Chúa. Chúng tôi làm được và bạn cũng vậy.

Sau khi phát triển hai nhà thờ: một ở nông thôn, một ở ngoại ô, gia đình chúng tôi cảm nhận được một tiếng gọi đến Đông Nam Á để huấn luyện và đào tạo các nhà lãnh đạo. Tôi đã là một nhà phát triển Hội Thánh ở Hoa Kỳ hơn mười năm và đã đào tạo nhiều nhà phát triển Hội Thánh khác. Tôi tự hỏi liệu lặp lại việc đào tạo như vậy ở các nước khác sẽ khó đến mức nào? Chúng tôi để lại khu truyền giáo với những hy vọng lớn lao.

Trong quá trình học tập ngôn ngữ, tôi bắt đầu đào tạo những người khác cùng với một cộng tác viên bản địa. Chúng tôi tiến hành bằng cách cung cấp một khóa học đào tạo trong một tuần về kiến thức môn đệ cơ bản và phong trào phát triển Hội Thánh. Thông thường, lớp có khoảng ba mươi đến bốn mươi học viên. Họ thường nhận xét rằng những bài học thật hay và đánh giá cao phương pháp giảng dạy của chúng tôi. Tuy nhiên, có 1 điều khiến tôi trăn trở: rõ ràng họ không thể rao giảng cho những người khác những gì họ đã được học.

Hiện nay ở Hoa Kỳ, bạn có thể "đạt được mà không cần rao giảng cho những người khác" vì sự hiểu biết về Kinh Thánh trở thành (hoặc đã trở thành) trung tâm của nền văn hóa của chúng tôi, ngay cả với những người lạc lối. Tuy nhiên, ở Đông Nam Á những người hư mất không hề có hiểu biết gì về Kinh Thánh . Ở Hoa Kỳ, bạn có thể trông cậy vào trường hợp một người nào đó sẽ gặp một Ki-tô hữu, và sẽ chịu ảnh hưởng bởi họ. Còn ở khu truyền giáo thì không hề có sự đảm bảo nào.

Vậy nên chúng tôi đã ở trong tình thế khó khăn. Chúng tôi dạy dân bản địa những gì chúng tôi cảm thấy hay, nhưng họ lại không thể nhân rộng nó ra. Thực tế, có vẻ như chúng tôi đã thu hút những "khán giả hội thảo chuyên nghiệp". Việc chúng tôi cung cấp thức ăn cho khóa đào tạo kéo dài một tuần này tại một đất nước đầy đói nghèo đã góp phần làm cho kết quả trở nên tệ hơn. Những gì xảy ra tiếp theo khiến tôi bất ngờ và thất vọng.

Sau khi kết thúc một buổi học, tôi đã uống trà với người phiên dịch của mình và hỏi một câu đơn giản:

> *"John này, Với những gì chúng ta đã đào tạo cho học viên trong tuần này, liệu họ có thực sự làm theo và rao giảng cho những người khác không?"*

John suy nghĩ một hồi và tôi đoán chắc anh ta không hề muốn trả lời tôi. Trong nền văn hóa của anh ta, một học viên không bao giờ dám phê bình một giáo viên, và những gì tôi yêu cầu khiến anh ta cảm thấy như vậy. Sau một hồi thuyết phục, anh ta đưa ra câu trả lời mà chính nó đã thay đổi tất cả:

> *"Thưa ngài, tôi nghĩ họ sẽ chỉ thực hiện khoảng mười phần trăm những gì ngài dạy tuần vừa qua"*

Tôi bị choáng và cố gắng không bộc lộ ra. Tôi hỏi John một câu hỏi khác, từ đó đã bắt đầu một phương pháp mà chúng tôi đã theo trong suốt hai năm rưỡi sau:

"John này, anh cho tôi thấy mười phần trăm mà anh nghĩ là họ sẽ hoặc đang thực hiện được không? Tôi sẽ giữ mười phần trăm đó lại, ném những cái khác đi và viết lại chương trình đào tạo cho đến khi họ thực hiện tất cả những gì chúng ta đào tạo cho họ."

John chỉ cho tôi thấy mười phần trăm mà anh ta tin rằng dân bản địa sẽ thực sự thực hiện. Chúng tôi loại bỏ phần còn lại và viết lại chương trình đào tạo cho buổi học tiếp theo. Một tháng sau, chúng tôi đưa ra một khóa học kéo dài 1 tuần khác và hỏi John lại cùng câu hỏi đó: Bao nhiêu phần trăm họ sẽ thực hiện?

"Thưa ngài, tôi đảm bảo với ngài rằng họ sẽ chỉ thực hiện khoảng mười lăm phần trăm những gì ngày dạy lần này thôi".

Tôi không thể nói được gì hơn nữa. John không biết rằng tôi đã phải viết lại chương trình đào tạo từ tháng trước với tất cả những gì "tốt nhất của tốt nhất" mà tôi đã học khi còn là mục sư ở Hoa Kỳ và trong lúc huấn luyện những nhà phát triển Hội Thánh khác. Tôi đã đưa vào những gì tốt nhất của tôi vào buổi hội thảo này... thế mà những học viên chỉ có thể thực hiện khoảng mười lăm phần trăm!

Do đó, chúng tôi bắt đầu đã áp dụng một phương pháp kéo dài đến hai năm rưỡi, xây dựng và phát triển hệ thống Khóa Đào Tạo Theo Chúa Giê-su. Hàng tháng, chúng tôi dạy một khóa kéo dài 1 tuần và có thêm một buổi họp lắng nghe ý kiến đóng góp sau mỗi buổi hội thảo. Một câu hỏi đã làm kim chỉ nam cho nỗ lực của chúng tôi: Học viên sẽ thực hiện (hoặc đang thực hiện) được bao nhiêu phần trăm những gì được học?

Từ tháng thứ ba, tỷ lệ đã lên tới hai mươi phần trăm; tháng kế là hai mươi lăm phần trăm. Cũng có những tháng chẳng có tiến triển gì cả. Lại có những tháng tỷ lệ nhảy vọt lên. May mắn thay, trong suốt giai đoạn phát triển, một nguyên tắc rõ ràng đã xuất hiện. Chúng tôi càng đào tạo học viên theo gương Chúa Giê-su, họ càng có khả năng đào tạo những người khác làm theo.

Tôi vẫn còn nhớ cái ngày mà John và các cộng tác viên bản địa chia sẻ với tôi rằng các học viện đang thực hiện chín mươi phần trăm những gì chúng tôi đào tạo. Từ lâu, chúng tôi đã bỏ lại sau lưng những phương pháp Tây phương, Châu Á, kiến thức từ khóa học tiến sĩ, những kinh nghiệm của chúng tôi và đã học được rằng chỉ tin vào chính gương của Chúa Giê-su để lại cho chúng ta noi theo.

Đây chính là câu chuyện về sự khởi đầu của Khóa Đào Tạo Theo Chúa Giê-su. *Đào Tạo Môn Đệ Cấp Tiến* là một hệ thống đào tạo thực hành sẽ trang bị cho các tín hữu để noi theo năm bước thuộc Kế hoạch của Chúa Giê-su, đã được thấy trong Tin Mừng, Sách Công Vụ Tông Đồ, Thánh Thư và Lịch Sử Hội Thánh. Mục tiêu của cuộc hành trình đào tạo là biến đổi chứ không phải cung cấp thông tin. Vì vậy, các bài học chính là những "hạt giống" giản đơn của những chân lý tâm linh quan trọng và khả năng nhân rộng ra rất cao. Những bài học này noi theo nguyên lý thiêng liêng: "Một chút men làm cả khối bột dậy men." và truyền tự tin cho các tín hữu trở thành những người theo Chúa Ki-tô đầy nhiệt thành và có khả năng lan rộng.

Giảng dạy nguyên gốc cẩm nang này (đừng điều chỉnh chương trình đào tạo cho phù hợp với nền văn hóa nơi bạn rao giảng) ít nhất năm lần. Hãy tưởng tượng đội ngũ đào tạo song hành cùng bạn, chỉ dẫn cho bạn năm lần đầu tiên mà bạn hỗ trợ chương trình đào tạo này. *Đào Tạo Môn Đệ Cấp Tiến* có những động lực bao quát mà bạn chỉ rõ khi chính bạn đào tạo những người khác từng bước một nhiều lần. Cho đến nay, chúng tôi đã đào tạo hàng ngàn người (tín hữu lẫn những người còn cứng lòng), với tài liệu này từ Hoa Kỳ đến Đông Nam Á. Hãy ghi nhớ lời khuyên này để tránh những lỗi lầm mà người đi trước đã phạm phải: "Một người nhanh trí học từ những lỗi lầm của anh ta; một người khôn ngoan sáng suốt học từ những lỗi lầm của người khác".

Chúng tôi xin chia sẻ với bạn rằng, chính Khóa Đào Tạo Theo Chúa Giê-su đã thay đổi chúng tôi nhiều như thay đổi những học viên của chúng tôi. Cầu xin Chúa sẽ ban ơn ấy cho bạn và nhiều hơn thế nữa!

Phần 1

Bu-lông và đai ốc

Kế Hoạch Của Chúa Giê-su

Kế hoạch rao giảng cho toàn thế giới của Chúa Giê-su gồm năm bước: Lớn mạnh trong Chúa, loan báo Tin Mừng, đào tạo môn đệ, khởi động các nhóm dẫn dắt các Hội Thánh, và đào tạo các nhà lãnh đạo. Mỗi bước được thực hiện riêng lẻ nhưng cũng mở rộng cùng với các bước khác trong một quá trình vòng tròn. Khóa Đào Tạo Theo Chúa Giê-su truyền tự tin cho các đào tạo viên để trở thành chất xúc tác của phong trào phát triển Hội Thánh cho những người dân của họ bằng việc noi gương theo Chúa Giê-su.

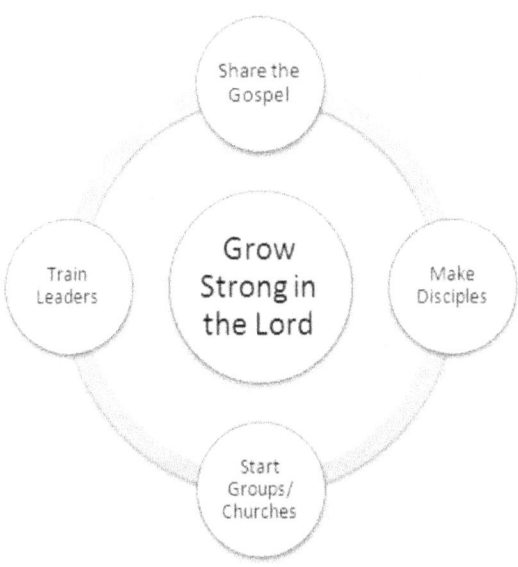

Đào Tạo Môn Đệ Cấp Tiến tập trung vào ba bước đầu tiên: Lớn mạnh trong Chúa, Loan báo Tin Mừng, đào tạo môn đệ. Học viên sẽ được thấy thị kiến về sự sinh sôi nảy nở và được đào tạo để: dẫn dắt một nhóm nhỏ, cầu nguyện, vâng lời Chúa Giê-su và bước đi trong quyền năng Chúa Thánh Thần (Lớn mạnh trong Chúa). Tiếp theo, học viên sẽ khám phá ra cách liên kết với Thiên Chúa ở bất cứ nơi nào họ đang làm việc; cũng như học cách làm chứng nhân, gieo rắc Tin Mừng, và chia sẻ thị kiến với những người khác để được sinh sôi nảy nở trong cộng đồng của mình (Loan báo Tin Mừng). Sau khi hoàn tất khóa học, học viên sẽ có những kĩ năng cần thiết để đào tạo môn đệ (bước ba) và kết nối họ thành nhóm.

Những học viên có đầy lòng tin để đào tạo người khác, sau khi áp dụng *Đào Tạo Môn Đệ Cấp Tiến* có thể tiếp tục với *Phát Triển Nhà Thờ Cấp Tiến hay Đào Tạo Nhà Lãnh Đạo Cấp Tiến* tùy thuộc vào nhu cầu. *Phát Triển Nhà Thờ Cấp Tiến* là một hệ thống đào tạo được thiết kế nhằm truyền tự tin cho các Hội Thánh để phát triển các Hội Thánh mới và các nhóm mới (bước thứ bốn trong kế hoạch của Chúa Giê-su). *Đào Tạo Nhà Lãnh Đạo Cấp Tiến* là một hệ thống đào tạo nhằm phát triển những nhà lãnh đạo nhiệt huyết và cao cả (bước thứ năm trong kế hoạch của Chúa Giê-su), đồng thời hướng đến mục tiêu cuối cùng của phong trào phát triển Hội Thánh. Cả hai hệ thống đều học hỏi theo sứ vụ và phương pháp của Chúa Giê-su, giúp học viên nắm rõ những kiến thức đơn giản và có thể nhân rộng ra cho mọi người.

Những trích đoạn Kinh Thánh dưới đây là minh chứng cho năm bước trên được để cập trong sứ vụ của Chúa Giê-su. Kế hoạch của Thánh Phê-rô và Phao-lô cho thấy rằng họ noi gương Chúa Giê-su bằng việc thực hiện như những gì Người đã làm. Và Khóa Đào Tạo Theo Chúa Giê-su cũng giúp chúng ta noi gương theo Người.

CHÚA GIÊ-SU

LỚN MẠNH TRONG CHÚA

–Lu-ca 2:5– *Còn Đức Giê-su, ngày càng thêm khôn ngoan, thêm cao lớn và thêm ân nghĩa đối với Thiên Chúa và người ta.*

LOAN BÁO TIN MỪNG

–Mác-cô 1:14,15– *Sau khi ông Gio-an bị nộp, Đức Giê-su đến miền Ga-li-lê rao giảng Tin Mừng của Thiên Chúa. Người nói: "Thời kỳ đã mãn, và Triều Đại Thiên Chúa đã đến gần. Anh em hãy sám hối và tin vào Tin Mừng."*

KÊU GỌI MÔN ĐỆ

–Mác-cô 1:16-18– *Người đang đi dọc theo biển hồ Ga-li-lê, thì thấy ông Si-mon với người anh là ông An-rê, đang quăng lưới xuống biển, vì họ làm nghề đánh cá. Người bảo họ: "Các anh hãy theo tôi, tôi sẽ làm cho các anh thành những kẻ lưới người như lưới cá." Lập tức hai ông bỏ chài lưới mà đi theo Người.*

THÀNH LẬP CÁC NHÓM/ NHÀ THỜ

–Mác-cô 3:14,15– *Người lập Nhóm Mười Hai, để các ông ở với Người và để Người sai các ông đi rao giảng, với quyền trừ quỷ. (Xem thêm Mác-cô 3:16-19, 31, 35)*

ĐÀO TẠO NHỮNG NHÀ LÃNH ĐẠO

–Mác-cô 6:7-10– Người gọi Nhóm Mười Hai lại và bắt đầu sai đi từng hai người một. Người ban cho các ông quyền trừ quỷ. Người chỉ thị cho các ông không được mang gì đi đường, chỉ trừ cây gậy; không được mang lương thực, bao bị, tiền giắt lưng; được đi dép, nhưng không được mặc hai áo. Người bảo các ông: "Bất cứ ở đâu, khi anh em đã vào nhà nào, thì cứ ở lại đó cho đến lúc ra đi.

Thánh Phê-Rô

LỚN MẠNH TRONG CHÚA

–Sách Công Vụ Tông Đồ 1:13,1– Trở về nhà, các ông lên lầu trên, là nơi các ông trú ngụ. Đó là các ông: Phê-rô, Gio-an, Gia-cô-bê, An-rê, Phi-líp-phê, Tô-ma, Ba-tô-lô-mê-ô, Mát-thêu, Gia-cô-bê con ông An-phê, Si-môn thuộc nhóm Quá Khích, và Giu-đa con ông Gia-cô-bê. Tất cả các ông đều đồng tâm nhất trí, chuyên cần cầu nguyện cùng với mấy người phụ nữ, với bà Ma-ri-a thân mẫu Đức Giê-su, và với anh em của Đức Giê-su.

LOAN BÁO TIN MỪNG

–Sách Công Vụ Tông Đồ 2:38,3– Ông Phê-rô đáp: "Anh em hãy sám hối, và mỗi người hãy chịu phép rửa nhân danh Đức Giê-su Ki-tô, để được ơn tha tội; và anh em sẽ nhận được ân huệ là Thánh Thần. Thật vậy, đó là điều Thiên Chúa đã hứa cho anh em, cũng như cho con cháu anh em và tất cả những người ở xa, tất cả những người mà Chúa là Thiên Chúa chúng ta sẽ kêu gọi."

KÊU GỌI MÔN ĐỆ

-Sách Công Vụ Tông Đồ 2:42,43- Các tín hữu chuyên cần nghe các Tông Đồ giảng dạy, luôn luôn hiệp thông với nhau, siêng năng tham dự lễ bẻ bánh, và cầu nguyện không ngừng. Mọi người đều kinh sợ, vì các Tông Đồ làm nhiều điềm thiêng dấu lạ.

THÀNH LẬP CÁC NHÓM/ NHÀ THỜ

-Sách Công Vụ Tông Đồ 2: 44-47- Tất cả các tín hữu hợp nhất với nhau, và để mọi sự làm của chung. Họ đem bán đất đai của cải, lấy tiền chia cho mỗi người tuỳ theo nhu cầu. Họ đồng tâm nhất trí, ngày ngày chuyên cần đến Đền Thờ. Khi làm lễ bẻ bánh tại tư gia, họ dùng bữa với lòng đơn sơ vui vẻ. Họ ca tụng Thiên Chúa, và được toàn dân thương mến. Và Chúa cho cộng đoàn mỗi ngày có thêm những người được cứu độ.

ĐÀO TẠO NHỮNG NHÀ LÃNH ĐẠO

-Sách Công Vụ Tông Đồ 6: 3, 4- Vậy, thưa anh em, anh em hãy tìm trong cộng đoàn bảy người được tiếng tốt, đầy Thần Khí và khôn ngoan, rồi chúng tôi sẽ cắt đặt họ làm công việc đó. Còn chúng tôi, chúng tôi sẽ chuyên lo cầu nguyện và phục vụ Lời Thiên Chúa.(Xem thêm Sách Công Vụ Tông Đồ 6:5,6)

Thánh Phao-Lô

LỚN MẠNH TRONG CHÚA

–*Thư Gửi Tín Hữu Ga-lát 1:15-17*– Nhưng Thiên Chúa đã dành riêng tôi ngay từ khi tôi còn trong lòng mẹ, và đã gọi tôi nhờ ân sủng của Người. Người đã đoái thương mặc khải Con của Người cho tôi, để tôi loan báo Tin Mừng về Con của Người cho các dân ngoại. Tôi đã chẳng thuận theo các lý do tự nhiên, cũng chẳng lên Giê-ru-sa-lem để gặp các vị đã là Tông Đồ trước tôi, nhưng tức khắc tôi đã sang xứ Ả-rập, rồi lại trở về Đa-mát.

LOAN BÁO TIN MỪNG

–*Sách Công Vụ Tông Đồ 14:21*– Sau khi đã loan Tin Mừng cho thành ấy và nhận khá nhiều người làm môn đệ, hai ông (Phao-lô và Ba-na-ba) trở lại Lý-tra, I-cô-ni-ô và An-ti-ô-khi-a.

KÊU GỌI MÔN ĐỆ

–*Sách Công Vụ Tông Đồ 14:22*– Hai ông củng cố tinh thần các môn đệ, và khuyên nhủ họ giữ vững đức tin. Hai ông nói: "Chúng ta phải chịu nhiều gian khổ mới được vào Nước Thiên Chúa."

THÀNH LẬP CÁC NHÓM/ NHÀ THỜ

–*Sách Công Vụ Tông Đồ 14:23*– Trong mỗi Hội Thánh, hai ông (Phao-lô và Ba-na-ba) chỉ định cho họ những kỳ mục, và sau khi ăn chay cầu nguyện, hai ông phó thác những người đó cho Chúa, Đấng họ đã tin.

ĐÀO TẠO NHỮNG NHÀ LÃNH ĐẠO

–Sách Công Vụ Tông Đồ 16:1-3– Ông (Phao-lô) đến Đéc-bê, rồi đến Lý-tra. Ở đó có một môn đệ tên là Ti-mô-thê, mẹ là người Do thái đã tin Chúa, còn cha là người Hy lạp. Ông được các anh em ở Lý-tra và I-cô-ni-ô chứng nhận là tốt. Ông Phao-lô muốn ông ấy cùng lên đường với mình...

LỊCH SỬ GIÁO HỘI

Trong suốt lịch sử Giáo Hội, ta thấy phương pháp gồm năm bước này rất rõ. Cho dù là Thánh Biển Đức, Thánh Phan-xi-cô thành Át-xi-xi, hay Peter Waldo và Hội Thánh Vô-đoa, Jacob Spener và Phong trào Mộ Đạo, hay John Wesley và Phong trào Giám Lý, Jonathan Edwards và Thanh giáo, Gilbert Tennant và Hội Thánh Báp-Tít, Dawson Trotman và Hội Hoa Tiêu, kể cả Billy Graham với Phong trào Tin Lành hiện đại, Bill Bright với phong trào Chinh phục sinh viên cho Chúa, tất cả đều đi theo một khuôn mẫu.

Chúa Giê-su đã từng nói: *"Thầy sẽ xây Hội Thánh của Thầy"* (Mát-thêu 16:18) . Khuôn mẫu này là của Người và Khóa Đào Tạo Theo Chúa Giê-su truyền tự tin cho các tín hữu để noi gương Chúa Giê-su bằng cả trái tim, linh hồn, trí khôn và sức lực.

Đào Tạo Đào Tạo Viên

Mục này nhằm đào tạo các đào tạo viên để họ có thể đi rao giảng cho mọi người. Đầu tiên, bạn sẽ thấy được những kết quả mà bạn có thể mong đợi từ việc áp dụng *Đào Tạo Môn Đệ Cấp Tiến* để đào tạo. Kế tiếp, chúng tôi sẽ phác thảo cho bạn quá trình đào tạo gồm 1) Thờ phượng, 2) Cầu nguyện, 3) Học tập, 4) Thực hành, dựa trên điều răn quan trọng nhất. Cuối cùng, chúng tôi sẽ chia sẻ một số nguyên tắc quan trọng cho việc đào tạo đào tạo viên đã được chúng tôi đã phát hiện trong suốt quá trình đào tạo hàng ngàn đào tạo viên.

Kết Quả Đạt Được

Sau khi hoàn thành *Đào Tạo Môn Đệ Cấp Tiến,* học viên sẽ có thể:

- Giảng mười bài học cơ bản về môn đệ dựa theo Chúa Ki-tô cho mọi người, áp dụng phương pháp đào tạo nhân rộng.
- Nhắc lại tám hình ảnh mô tả một người theo Chúa Giê-su.
- Dẫn dắt một nhóm nhỏ thờ phượng Thiên Chúa dựa theo điều răn quan trọng nhất.

- Trở thành chứng nhân mạnh mẽ và tự tin loan báo Tin Mừng.
- Trình bày một thị kiến cụ thể để loan báo đến những người bị hư mất và áp dụng Bản Đồ Chương 29 Sách Công Vụ Tông Đồ.
- Khởi động nhóm môn đệ (một số sẽ trở thành những Hội Thánh sau này) và đào tạo mọi người noi theo.

Quy Trình

Mỗi buổi học theo một cấu trúc như nhau. Lịch trình được trình bày theo thứ tự dưới đây:

Ca Ngợi Thiên Chúa

- 10 phút
- Mời ai đó bắt đầu buổi học bằng cách cầu ơn phước của Thiên Chúa và chỉ đạo cho tất cả mọi người trong nhóm. Mời một người dẫn dắt ca đoàn (tùy từng hoàn cảnh); nhạc cụ tùy ý.

Cầu Nguyện

- 10 phút
- Chia học viên thành từng cặp với những người mà họ chưa từng là cộng sự trước đó. Mỗi người hỏi cộng sự của mình hai câu:
    1. Chúng ta cầu nguyện thế nào cho những người hư mất mà bạn biết để họ được cứu rỗi?
    2. Chúng ta cầu nguyện thế nào cho nhóm mà bạn đang đào tạo?

- Nếu một học viên nào đó vẫn chưa có nhóm tín hữu để đào tạo, cộng sự của người đó nên hỗ trợ họ xây dựng một danh sách bạn bè và người thân tiềm năng, và cùng cầu nguyện cho những người trong danh sách.

HỌC TẬP

Hệ thống Khóa Đào Tạo Theo Chúa Giê-su áp dụng quy trình: Ca ngợi, Cầu nguyện, Học tập, Thực hành. Quá trình này dựa theo kiểu mẫu Thờ Phượng Đơn Giản, sẽ được giải thích ở đầu trang 34. Đối với mười bài học trong cẩm nang Khóa Đào Tạo Theo Chúa Giê-su, giai đoạn "Học tập" được trình bày như sau:

- 30 phút
- Mỗi giai đoạn "Học tập" bắt đầu bằng việc "Ôn tập" nhằm gợi nhớ tám hình ảnh Chúa Ki-tô và nhờ đó mà bài học được tiếp thu dễ dàng hơn, sâu sắc hơn. Cuối khóa đào tạo, học viên sẽ có thể tự thuật lại toàn bộ khóa học bằng trí nhớ.
- Sau mỗi lúc "Ôn tập", đào tạo viên hay trợ giảng đào tạo học viên cần nhấn mạnh rằng học viên nên lắng nghe kĩ lưỡng vì chính họ sẽ đi rao giảng cho mọi người sau này.
- Khi đào tạo viên trình bày bài học, họ nên áp dụng chuỗi phương pháp sau:

    1. Đưa ra câu hỏi.
    2. Đọc Kinh Thánh.
    3. Khuyến khích học viên trả lời các câu hỏi.

Quá trình này giúp các học viên thấm nhuần Lời Chúa và trở thành nền tảng của cuộc sống. Thông thường, đào tạo viên đặt các câu hỏi, đưa ra đáp án kết hợp với Kinh Thánh. Như vậy, sẽ biến đào tạo viên thành nền tảng, chứ không phải Lời Chúa.

- Nếu học viên trả lời không đúng, đừng chỉnh sửa họ mà hãy nhờ mọi người đọc trích đoạn Kinh Thánh thật to và trả lời lại.
- Mỗi bài học kết thúc với một câu Kinh Thánh ghi nhớ, đào tạo viên và học viên cùng đứng lên và đọc thuộc lòng mười lần; đọc vị trí trước rồi mới đến câu Kinh Thánh ghi nhớ. Học viên có thể tra Kinh Thánh hoặc sách hướng dẫn cho sáu lần đọc đầu tiên. Bốn lần sau, mọi người đều phải tự mình đọc lên. Sau đó, mọi người được ngồi xuống.

THỰC HÀNH

- 30 phút
- Học viên chung nhóm với các cộng sự của mình ở giai đoạn "Cầu Nguyện".
- Mỗi bài học có một phương pháp chọn "người lãnh đạo" cho từng cặp. Người lãnh đạo sẽ giảng dạy trước. Đào tạo viên thông báo cho mọi người biết cách chọn người lãnh đạo.
- Như đào tạo viên, người lãnh đạo giảng dạy cho cộng sự của mình. Quá trình giảng dạy nên bao gồm việc ôn tập và học bài mới, rồi kết thúc với câu Kinh Thánh ghi nhớ. Học viên đứng lên đọc và ngồi xuống khi đọc xong. Vì thế, đào tạo viên có thể theo dõi học viên nào đã thực hiện xong.
- Khi người đầu tiên trong nhóm hoàn tất, người thứ hai lặp lại quá trình như vậy, kết quả là mọi người đều được thực hành. Hãy đảm bảo rằng các cặp không bỏ qua hay "đi đường tắt" trong suốt quá trình.
- Đào tạo viên đi quanh phòng khi học viên đang luyện tập để đảm bảo rằng mọi người làm đúng theo bạn. Thất bại trong việc thực hiện các ký hiệu tay sẽ là dấu hiệu bế tắc cho thấy họ không học theo bạn. Hãy liên tục nhấn mạnh rằng họ nên làm học theo phong cách của bạn.
- Yêu cầu học viên thay đổi cộng sự và thực hành lại.

KẾT THÚC

- 20 phút
- Hầu hết các buổi học kết thúc bằng một hoạt động học tập từ ứng dụng thực tiễn. Cho học viên nhiều thời gian để thực hành trên Bản Đồ Chương 29 Sách Công Vụ Tông Đồ của mình và khuyến khích họ lấy ý kiến từ những người xung quanh.
- Thông báo bất cứ điều gì cần thiết, nhờ người nào không cầu nguyện trước đó cầu nguyện ơn lành cho buổi học khi kết thúc. Mọi người nên cầu nguyện ít nhất 1 lần.

CÁC NGUYÊN TẮC

Chúng tôi đã đúc kết được những nguyên tắc sau trong suốt quá trình giảng dạy cho hàng ngàn người từ mười năm qua. Theo kinh nghiệm của chúng tôi, các nguyên tắc này không có đặc trưng văn hóa cụ thể; chúng tôi đã áp dụng thành công ở Châu Á, Châu Âu, Châu Phi (vẫn chưa áp dụng cho Châu Âu).

- *Nguyên tắc số Năm* – Học viên phải thực hành một bài học năm lần trước khi họ có đủ tự tin để giảng dạy cho người khác. Bao gồm việc lắng nghe người khác thực hành và tự mình thực hành. Vì vậy, chúng tôi khuyến nghị học viên nên có hai lần thực hành như thế với hai cộng sự, mỗi lần một người.
- *Ít tốt hơn nhiều* – Hầu hết học viên được đào tạo cao hơn mức độ vâng theo của họ. Một lỗi thường thấy của các đào tạo viên là truyền đạt cho học viên nhiều thông tin hơn những gì họ có thể vâng theo. Hậu quả lâu dài của kiểu đào tạo này để lại cho học viên đầy kiến thức nhưng ít thực hành. Chúng tôi luôn cố gắng trao cho học viên một "túi đeo" thông tin mà họ có thể mang theo và ứng dụng, chứ không phải là một cái thùng lủng lỗ chỗ.

- *Học viên học với các hình thức khác nhau:* thính giác, thị giác, vận động. Để đạt được khả năng nhân rộng cao nhất, đào tạo viên cần kết hợp cả ba hình thức cho từng bài học. Tuy nhiên, hầu hết chỉ có một hoặc hai hình thức là được áp dụng nhiều nhất. Vì mục tiêu của chúng tôi là thấy được sự biến đổi của tất cả mọi người, nên hệ thống đào tạo này được tích hợp chặt chẽ cả ba hình thức để không bỏ sót bất cứ ai.

- *Phương pháp và nội dung thật sự quan trọng* – Những nhà nghiên cứu đã phát hiện ra rằng trong lĩnh vực giáo dục cho người lớn, việc giảng dạy theo cách thức biến đổi con người sẽ đạt được nhiều lợi thế, giúp đào tạo viên tự tin hơn là chỉ cung cấp thông tin. Ví dụ, chúng ta đều biết rằng những "dạng bài giảng" thường được áp dụng không phải là một phương pháp tốt cho đa số sinh viên. Tiếc thay, hầu hết các khóa đào tạo xuyên quốc gia đều theo khuôn mẫu này. Ở đây, chúng tôi tập trung vào khả năng nhân rộng ra của hệ thống Khóa Đào Tạo Theo Chúa Giê-su, đánh giá những bài học của chúng tôi dựa trên những khả năng nhân rộng của các học viên thế hệ kế tiếp.

- *Ôn tập, ôn tập, và ôn tập* – một thuật ngữ thường được áp dụng theo nghĩa " học thuộc lòng". Ở đây, hệ thống đào tạo của chúng tôi là phải thấy được những biến đổi từ tận trái tim của học viên. Vì vậy, một trong những mục tiêu được đặt ra cho từng học viên là thuật lại toàn bộ khóa học từ trí nhớ. Giai đoạn "Ôn tập" ở mỗi phần đầu buổi học chính là để đạt được mục tiêu đó. Xin đừng bỏ qua việc ôn tập. Theo kinh nghiệm của chúng tôi, ngay cả những người nông dân trồng lúa được đi học cho đến những đứa trẻ cấp ba ở Đông Nam Á vẫn có thể lập lại toàn bộ nội dung của *Đào Tạo Môn Đệ Cấp Tiến* bằng những ký hiệu tay.

- *Xây dựng bài học* – Khi đào tạo, chúng tôi "xây dựng" bài học để hỗ trợ cho việc ghi nhớ và sự tự tin của học viên. Ví dụ, sau khi hỏi câu hỏi đầu tiên, chúng tôi đọc Kinh

Thánh, đưa ra câu trả lời và trình bày ký hiệu tay. Lập lại như vậy với câu hỏi thứ hai. Trước khi bước sang câu hỏi thứ ba, mọi người được ôn lại câu hỏi, được trả lời và thấy ký hiệu tay cho câu một và hai. Tiếp theo, chúng tôi bắt đầu câu hỏi thứ ba và lập lại quá trình này cho toàn bộ bài học, thực hiện "xây dựng" bài học với từng câu hỏi mới. Phương pháp trên giúp học viên hiểu được và ghi nhớ toàn bộ nội dung bài học.

- *Trở thành tấm gương* – Con người thường làm theo những gì thấy được từ người làm gương cho họ. Đào tạo là phải sống theo những gì chúng ta giảng dạy chứ không chỉ là cung cấp thông tin cho người khác. Những câu chuyện mới về cách thức Thiên Chúa làm việc trong cuộc sống của chúng tôi truyền cảm hứng cho những người được chúng tôi rao giảng. Đào tạo không phải là một nghề mà là một phong cách sống. Phong trào phát triển Hội Thánh lớn mạnh theo tỷ lệ thuận với số lượng tín hữu sống theo phong cách này ở trong một nhóm người.

Thờ Phượng Đơn Giản

Thờ Phượng Đơn Giản là một yếu tố then chốt của Khóa Đào Tạo Theo Chúa Giê-su – một trong những kĩ năng thiết yếu để kêu gọi môn đệ. Dựa theo điều răn quan trọng nhất, Thờ Phượng Đơn Giản dạy mọi người cách vâng lời để yêu thương Thiên Chúa bằng cả trái tim, linh hồn, trí khôn và sức lực.

Vì yêu Chúa bằng cả trái tim nên chúng ta ca tụng Ngài. Vì yêu Chúa bằng cả linh hồn nên chúng ta cầu nguyện Ngài. Vì yêu Chúa bằng cả trí khôn nên chúng ta học Kinh Thánh. Vì yêu Chúa bằng cả sức lực nên chúng ta thực hành những gì được học để chia sẻ với mọi người.

Chúa đã ban phước cho các nhóm nhỏ trên toàn bộ Đông Nam Á để họ khám phá ra rằng họ có thể thực hiện Thờ Phượng Đơn Giản bất cứ đâu – nhà riêng, nhà hàng, công viên hay các lớp giáo lý ngày Chúa Nhật, thậm chí ở chùa!

Lịch Trình

- Một nhóm bốn người dành khoảng hai mươi phút để hoàn tất một lần Thờ Phượng Đơn Giản.
- Trong một hội thảo, chúng ta thực hiện Thờ Phượng Đơn Giản lúc bắt đầu hội thảo và/hoặc sau bữa trưa.

- Lần đầu bạn thực hiện Thờ Phượng Đơn Giản, hãy làm mẫu cho cả nhóm, dành thời gian để trình bày cách thực hiện từng phần.
- Sau khi làm mẫu, bạn hãy đề nghị từng người chọn cộng sự cho họ. Học viên thường hay chọn một người bạn. Khi mọi người đã chọn xong cộng sự, bạn hãy đề nghị kết hai cặp làm một nhóm bốn người.
- Học viên có vài phút để đặt tên cho nhóm mình; tiếp theo bạn hãy đi quanh phòng và hỏi tên từng nhóm. Cố gắng gọi tên các nhóm trong suốt buổi học.
- Trong các khóa học hàng tuần, chúng tôi dạy cho mọi người cách thực hiện Thờ Phượng Đơn Giản trước. Chúng tôi ôn lại và thực hành nó trong suốt hai buổi sau đó.

Phương Pháp

- Chia thành từng nhóm bốn người.
- Từng người nhận từng phần khác nhau của Thờ Phượng Đơn Giản.
- Mỗi lần bạn thực hành Thờ Phượng Đơn Giản, học viên luân phiên nhau thực hiện từng phần mà họ nhận được. Vì vậy, mỗi người đều hoàn thành mỗi phần ít nhất hai lần.

Ca Tụng

- Một người lãnh đạo nhóm hát hai bài thánh ca hoặc điệp khúc (tùy hoàn cảnh).
- Không yêu cầu nhạc cụ.
- Trong khi giảng dạy, yêu cầu học viên ngồi đối diện với nhau như trong quán cà phê.
- Thật tuyệt khi mỗi nhóm sẽ hát những bài khác nhau.

- Giải thích cho mọi người rằng đây là lúc ca tụng Thiên Chúa bằng cả trái tim cùng với cả nhóm, chứ không phải là thi nhóm nào hát to nhất.

Cầu Nguyện

- Một người *khác* (không phải người lãnh giai đoạn ca tụng Chúa) lãnh đạo nhóm trong giai đoạn cầu nguyện.
- Người lãnh đạo hỏi từng thành viên của mình từng lời cầu nguyện cho ước muốn của họ và viết ra.
- Người lãnh đạo cam kết sẽ cầu nguyện cho những ước muốn đó cho đến khi cả nhóm gặp lại nhau.
- Sau khi từng thành viên đã chia sẻ lời cầu nguyện xong, người lãnh đạo tiến hành cầu nguyện cho cả nhóm.

Học Tập

- Một người *khác* lãnh đạo nhóm trong giai đoạn học tập.
- Người lãnh đạo kể một câu chuyện trong Kinh Thánh bằng lời của mình; chúng tôi khuyến nghị bạn nên bắt đầu bằng những câu chuyện từ Tin Mừng lúc mới bắt đầu.
- Tùy từng nhóm mà bạn có thể đề nghị người lãnh đạo đọc câu chuyện trong Kinh Thánh trước rồi tự kể cho mọi người.
- Sau khi kể xong, người lãnh đạo hỏi cả nhóm ba câu hỏi:

    1. Câu chuyện này dạy chúng ta điều gì về Thiên Chúa?
    2. Câu chuyện này dạy chúng ta điều gì về con người?
    3. Tôi đã học được gì trong câu chuyện này để giúp tôi đi theo Chúa Giê-su?

- Cả nhóm thảo luận từng câu hỏi cùng với nhau cho đến khi người lãnh đạo cảm thấy sáng tỏ mọi việc, rồi chuyển qua câu hỏi kế tiếp.

Luyện Tập

- Một người *khác* trong nhóm lãnh đạo giai đoạn luyện tập này.
- Người lãnh đạo ôn lại cho cả nhóm toàn bộ bài học, đảm bảo rằng mọi người đều hiểu rõ và có thể giảng cho những người khác.
- Người lãnh đạo đọc lại câu chuyện Kinh Thánh lúc nãy.
- Người lãnh đạo hỏi lại các câu hỏi lúc nãy và cả nhóm cùng thực hiện việc thảo luận thêm 1 lần nữa.

Kết Thúc

- Mọi người kết thúc giờ thờ phượng bằng cách hát một bài hát ca tụng Thiên Chúa khác, hay đọc Kinh Lạy Cha cùng nhau.

Các Nguyên Tắc Chính Cần Nhớ

- Nhóm bốn người thực hiện Thờ Phượng Đơn Giản tốt nhất. Nếu bạn phải tạo một nhóm năm người, chỉ nên có một nhóm như vậy. Hai nhóm ba người tốt hơn một nhóm sáu người.
- Một trong những điểm mấu chốt để nhân rộng Thờ Phượng Đơn Giản là mỗi người phải lần lượt thực hiện một trong bốn phần: Ca Tụng, Cầu Nguyện, Học Tập, Thực Hành. Nhóm bốn người hỗ trợ tốt hơn cho việc học những kĩ năng mới so với các nhóm lớn hơn.

- Khuyến khích các nhóm thờ phượng Chúa bằng tiếng lòng của họ. Nếu không có ai có thể hát được trong nhóm (sẽ xảy ra trường hợp này), hãy giúp bằng cách yêu cầu họ đọc Thánh Vịnh thật to cùng với nhau.
- Đảm bảo rằng bạn giành đủ thời gian cho giai đoạn thực hành để người lãnh đạo có thể hoàn thành tốt. Giai đoạn thực hành đem lại khả năng nhân rộng của các nhóm Thờ Phượng Đơn Giản. Nếu không có giai đoạn thực hành, tất cả sẽ chỉ là một buổi học Kinh Thánh. Tôi chắc bạn không muốn điều đó xảy ra?
- Như bạn thấy, cấu trúc của Thờ Phượng Đơn Giản giống như cấu trúc của mười bài học Khóa Đào Tạo Theo Chúa Giê-su : Ca tụng, Cầu nguyện, Học tập, Thực hành. Điểm khác biệt chính là nội dung của giai đoạn "Học tập". Vào cuối Khóa Đào Tạo Theo Chúa Giê-su, học viên sẽ thực hành cấu trúc Thờ Phượng Đơn Giản nhiều lần. Chúng ta cầu nguyện rằng họ sẽ lãnh đạo một nhóm và rao giảng cho mọi người thực hành Thờ Phượng Đơn Giản cùng nhau.

Phần 2

Đào Tạo

1

Lời Chào Mừng

Lời chào mừng khởi động buổi học bằng việc giới thiệu các đào tạo viên và học viên. Đào tạo viên giới thiệu đến học viên tám hình ảnh của Chúa Giê-su: Người Lính, Người Tìm Kiếm, Mục Tử, Người Gieo Hạt, Người Con, Đấng Thánh, Người Tôi Tớ, Người Quản Lý – cùng với những ký hiệu tay phù hợp. Vì con người học bằng thính giác, thị giác và vận động, Khóa Đào Tạo Theo Chúa Giê-su kết hợp chặt chẽ cả ba hình thức trong từng bài học.

Kinh Thánh cho ta biết Chúa Thánh Thần là thầy giáo của chúng ta, cho nên, học viên được khuyến khích trông cậy vào Ngài trong suốt khóa học. Khi kết thúc từng giai đoạn sẽ có thời gian giải lao bằng trà hay bữa ăn nhẹ nhằm giúp cho không khí buổi học thoải mái hơn, đây cũng là một cách để các tín hữu cùng vui hưởng với Chúa Giê-su.

Cầu Nguyện

- Nhờ ai đó cầu nguyện cho sự hiện diện và phước lành của Thiên Chúa.
- Cùng hát hai bài thánh ca hoặc điệp khúc.

Khởi Đầu

Giới Thiệu Đào Tạo Viên

Khởi đầu, đào tạo viên và học viên nên quây thành vòng tròn. Nếu bàn ghế đã được sắp sẵn, hãy di chuyển nó đi trước.

- Đào tạo viên làm mẫu cho học viên giới thiệu bản thân.
- Đào tạo viên và trợ giảng (Phụ lục C mô tả vai trò của trợ giảng) giới thiệu nhau bằng cách chia sẻ tên của người kia, thông tin về gia đình, nhóm sắc tộc (nếu phù hợp), và cách mà Thiên Chúa đã ban phước cho họ trong suốt cả tháng.

Giới Thiệu Học Viên

- Chia các học viên thành từng cặp. Nói với họ: "Các bạn giới thiệu từng người theo cách như chúng tôi đã thực hiện."
- Họ nên tìm hiểu về tên của người cộng sự cũng như thông tin về gia đình, sắc tộc, và cách mà Thiên Chúa đã ban phước cho họ trong tháng vừa qua. Tốt hơn là nên viết ra giấy để không quên.
- Khoảng năm phút sau, đề nghị các cặp giới thiệu nhau cho ít nhất năm học viên khác theo cùng cách mà bạn và người trợ giảng đã thực hiện.

Giới Thiệu Chúa Giê-su

"Chúng ta đã giới thiệu cho nhau biết. Giờ đây, chúng tôi muốn giới thiệu các bạn cho Chúa Giê-su. Có rất nhiều hình ảnh của Chúa Giê-su trong Kinh Thánh, nhưng chúng ta sẽ tập trung vào tám hình ảnh chính."

TÁM HÌNH ẢNH CỦA CHÚA GIÊ-SU TRONG KINH THÁNH

- Vẽ một vòng tròn trên bảng và viết ra tám hình ảnh Chúa Giê-su. Đề nghị học viên lập lại theo thứ tự nhiều lần cho đến khi họ có thể kể lại dễ dàng bằng trí nhớ . "Chúa Giê-su là: Người Lính, Người Tìm Kiếm, Mục Tử, Người Gieo Hạt, Người Con, Đấng Thánh, Người Tôi Tớ, Người Quản Lý."

- Người lính
    Giương kiếm lên.

- Người tìm kiếm
    Nhìn tới lui với tay ở trên đôi mắt.

- Mục tử
    Di chuyển cánh tay về phía cơ thể của bạn như thể bạn đang tập hợp mọi người.

- Người gieo hạt
    Gieo hạt bằng tay.

- Người con trai
    Di chuyển cánh tay về phía miệng như là bạn đang ăn.

- Đấng Thánh
    Chắp tay lại theo tư thế cầu nguyện.

"Chúa Giê-su là Đấng Thánh; chúng ta được kêu gọi nên Thánh."

- Người tôi tớ
    Vung một cây búa.

- Người quản lý
    Lấy tiền từ túi áo hoặc ví.

"Một hình ảnh quý giá bằng cả ngàn lời, những hình ảnh Kinh Thánh này sẽ giúp bạn có cái nhìn sâu sắc hơn trong việc song hành cùng Chúa Giê-su. Mỗi hình ảnh cho chúng ta một thị kiến rõ ràng và khả năng nhận ra thời điểm và cách thức mà Chúa Giê-su làm việc.

"Người cha đang đọc báo. Đứa con cứ liên tục đòi cha chơi với nó. Sau nhiều lần như vậy, người cha cắt một tờ báo ra thành một trò chơi ghép hình gồm nhiều mảnh nhỏ. Ông bảo đứa con hãy ghép các mảnh lại theo đúng trật tự rồi ông sẽ chơi với nó.

"Những tưởng rằng trò chơi ghép hình lấy đi nhiều thời gian của đứa con, và người cha sẽ có thể đọc hết cuốn báo. Nhưng thằng bé chỉ mất mười phút để hoàn thành. Người cha ngạc nhiên và hỏi tại sao nó lại có thể thực hiện nhanh như vậy? Thằng bé trả lời: "Dễ lắm cha ơi! Trang sau có một bức tranh, khi con ghép đúng trật tự của bức tranh, các chữ ở trang trước cũng được ghép lại như cũ.

"Tám hình ảnh này của Chúa Giê-su sẽ giúp bạn có được một thị kiến rõ ràng khi bạn song hành cùng Người.

"Noi gương ai đó nghĩa là học theo cách họ hành động. Một người đệ tử học theo thầy để có một nghề. Học sinh trở nên giống giáo viên. Tất cả chúng ta đều học theo ai đó và trở nên giống họ. Trong khóa đào tạo này, chúng ta đưa ra những câu hỏi, tìm kiếm câu trả lời trong Kinh Thánh, khám phá ra cách Chúa Giê-su sống, và thực hành bước đi theo Người."

Ba Hình Thức Học Mà Chúng Ta Học Tốt Nhất?

"Có ba hình thức học. Con người áp dụng tất cả nhưng mỗi chúng ta có khuynh hướng học theo một hình thức thích hợp nhất với từng người. Trong khóa đào tạo này, chúng tôi sẽ áp dụng cả ba hình thức cho từng bài học để bạn có thể nắm rõ với hình thức học của riêng bạn.

"Một số học tốt nhất bằng thính giác. Vì vậy, chúng ta sẽ luôn đọc thật to Kinh Thánh và các câu hỏi."

✋ Lắng nghe
   Úp tay bạn vào tai.

"Một số học tốt nhất bằng thị giác. Vì vậy, chúng ta sẽ dùng những hình ảnh và kịch để minh họa cho những chân lý quan trọng."

✋ Nhìn
   Chỉ vào mắt bạn.

"Một số lại học tốt nhất bằng vận động. Vì vậy, chúng ta sẽ có những hoạt động bằng tay để giúp bạn thực hiện những gì chúng tôi đang nói và luyện tập".

✋ Vận động
   Tạo một chuyển động cuốn bằng tay bạn.

"Thính giác, thị giác, vận động là ba thầy giáo mà chúng ta có. Kinh Thánh cũng cho ta biết rằng Chúa Thánh Thần là thầy giáo của chúng ta. Trong suốt buổi học, tôi muốn các bạn trông cậy vào Chúa Thánh Thần để học vì Ngài là giáo viên giỏi nhất."

Kết Thúc

Mở Quán Trà ☙

"Các bạn thích cùng với bạn mình ở nơi nào hơn: phòng học hay quán trà (hoặc quán cà phê)?

"Chúng ta học rất nhiều điều hay trong lớp này, và chúng ta nên kính trọng đào tạo viên. Tuy nhiên, những gì chúng ta học được nhiều nhất về bạn bè, gia đình, và hàng xóm là ở quán trà. Điều này cũng đã đúng khi Chúa Giê-su còn ở nhân gian.

> *–Lu-ca 7:31-35– Vậy tôi phải ví người thế hệ này với ai? Họ giống ai? Họ giống như lũ trẻ ngồi ngoài chợ gọi nhau mà nói: "Tụi tôi thổi sáo cho các anh, mà các anh không nhảy múa; tụi tôi hát bài đưa đám, mà các anh không khóc than." Thật vậy, ông Gio-an Tẩy Giả đến, không ăn bánh, không uống rượu, thì các ông bảo: "Ông ta bị quỷ ám". Con Người đến, cũng ăn cũng uống như ai, thì các ông lại bảo: "Đây là tay ăn nhậu, bạn bè với quân thu thuế và phường tội lỗi". Nhưng Đức Khôn Ngoan đã được tất cả con cái mình biện minh cho".*

"Chúng ta thoải mái hơn ở quán trà. Nếu Chúa Giê-su xuất hiện lần nữa vào hôm nay, Người sẽ bỏ thời gian ra tại quán trà hay quán cà phê nào đó. Người đã theo một khuôn mẫu như vậy khi lần đầu tiên đến nhân gian. Vì vậy, chúng ta đang biến căn phòng này từ một lớp học thành quán trà."

- Vào lúc đó, hãy sắp xếp cho học viên được phục vụ trà, cà phê hay vài thứ giải khát nhẹ.

Mục đích của "Mở Quán Trà" nhằm tạo một không khí thoải mái và thân mật cho khóa đào tạo. Nói cách khác, một nhóm gần gũi hơn với cách mà Chúa Giê-su đã đào tạo các môn đệ.

2

Sinh Sôi Nảy Nở

Sinh sôi nảy nở mô tả Chúa Giê-su là một Người Quản Lý: Người muốn thu được kết quả tốt từ thời gian và tài sản của mình, và Người mong muốn được sống liêm chính. Học viên đạt được một thị kiến về sinh hoa kết trái bằng việc khám phá 1) Mệnh lệnh đầu tiên của Thiên Chúa cho nhân loại, 2)Mệnh lệnh cuối cùng của Chúa Giê-su cho nhân loại, 3)Nguyên tắc 222, và 4) Khác biệt giữa biển Ga-li-lê và biển Chết.

Bài học kết thúc bằng một trò chơi sinh hoạt mô tả sự khác biệt giữa số lượng và thành quả, giữa đào tạo và chỉ đơn thuần dạy. Học viên được thử thách để đào tạo người khác cách thức ca tụng, cầu nguyện, học Lời Chúa, và chăm sóc. Bằng sự đầu tư thời gian, của cải, và sự liêm chính, học viên sẽ có thể tặng Chúa Giê-su một món quà tuyệt vời khi họ được diện kiến Chúa trên Thiên Đàng.

Ca Tụng

- Nhờ ai đó cầu nguyện cho sự hiện diện và phước lành của Thiên Chúa.
- Cùng hát hai bài thánh ca hoặc điệp khúc.

Cầu Nguyện

- Chia học viên thành từng cặp với người chưa từng là cộng sự của họ trước đó.
- Mỗi học viên trả lời cho cộng sự của mình câu hỏi sau:

  Tôi có thể cầu nguyện cho bạn thế nào trong hôm nay?

- Mọi người cùng cầu nguyện với nhau.

Học Tập

Ôn tập

Các giai đoạn ôn tập đều giống nhau. Đề nghị học viên đứng lên và thuật lại bài học trước. Đảm bảo rằng họ cũng thực hiện các ký hiệu tay.

Tám hình ảnh giúp ta noi gương Chúa Giê-su là gì?
Người Lính, Người Tìm Kiếm, Mục Tử, Người Gieo Hạt, Người Con, Đấng Thánh, Người Tôi Tớ, Người Quản Lý.

Cuộc Sống Tâm Linh Ta Tựa Bong Bóng ca

- Cầm một quả bóng, cho mọi người thấy và giải thích,

    "Cuộc sống tâm linh ta tựa bong bóng."

- Khi bạn thổi quả bóng lên, giải thích rằng chúng ta nhận phước lành từ Thiên Chúa. Hãy để quả bóng bay hết hơi và nói:

    "Chúa ban cho chúng ta, để chúng ta cho đi. Chúng ta được chúc lành để chúc lành mọi người."

- Lặp lại quá trình này nhiều lần chứng minh bản chất bên trong và bên ngoài của đời sống tâm linh.

    "Tuy nhiên, hầu hết chúng ta không cho đi những gì nhận được, mà giữ cho riêng mình. Có thể chúng ta nghĩ rằng nếu cho đi, Chúa sẽ không ban ơn xuống nữa. Có thể chúng ta cảm thấy thật khó khăn để cho đi."

- Tiếp tục thổi quả bóng, nhưng chỉ cho bay hơi từng chút một vì bạn cảm thấy "tội lỗi". Chúa ban cho bạn nhiều, bạn lại không cho đi nhiều. Cuối cùng, thổi cho đến khi quả bóng vỡ.

    "Đời sống tâm linh của chúng ta giống như minh họa này. Khi được ai đó dạy một bài học, chúng ta nên dạy lại cho những người khác. Khi được chúc lành, chúng ta cũng nên chúc lành cho mọi người. Nếu không sẽ trở thành một rắc rối lớn cho đời sống tâm linh của mình. Không cho đi những gì chúng ta được nhận chính là tự giết chết đời sống tâm linh của mình."

Chúa Giê-su Là Ai?

–Mát-thêu 6:20-21– Nhưng hãy tích trữ cho mình những kho tàng trên trời, nơi mối mọt không làm hư nát, nơi trộm cắp không đào ngạch và lấy đi được. Vì kho tàng của anh ở đâu, thì lòng anh ở đó.

"Chúa Giê-su là Người Quản Lý. Người nói về tiền bạc, của cải, và quyền ưu tiên của chúng ta nhiều hơn bất cứ chủ đề nào. Là một Người Quản Lý, Chúa Giê-su đầu tư vào chúng ta và chờ đợi những trái ngon quả ngọt.

🖐 Người quản lý
   Lấy tiền từ túi áo hoặc ví.

Ba Điều Một Người Quản Lý Làm?

–Mát-thêu 25:14-28– Quả thế, cũng như có người kia sắp đi xa, liền gọi đầy tớ riêng của mình đến mà giao phó của cải mình cho họ. Ông cho người này năm yến, người kia hai yến, người khác nữa một yến, tùy khả năng riêng mỗi người. Rồi ông ra đi. Lập tức, người đã lãnh năm yến lấy số tiền ấy đi làm ăn buôn bán, và gây lời được năm yến khác. Cũng vậy, người đã lãnh hai yến gây lời được hai yến khác. Còn người đã lãnh một yến thì đi đào lỗ chôn dấu số bạc của chủ. Sau một thời gian lâu dài, ông chủ của các đầy tớ ấy đến thanh toán sổ sách với họ. Người đã lãnh năm yến tiến lại gần, đưa năm yến khác, và nói: "Thưa ông chủ, ông đã giao cho tôi năm yến, tôi đã gây lời được năm yến khác đây". Ông chủ nói với người ấy: "Khá lắm! hỡi người đầy tớ

tài giỏi và trung thành! Trong việc ít mà anh đã trung thành, thì tôi sẽ đặt anh lên coi việc nhiều. Hãy vào mà hưởng niềm vui của chủ anh!" Người đã lãnh hai yến cũng tiến lại gần và nói: *"Thưa ông chủ, ông đã giao cho tôi hai yến, tôi đã gây lời được hai yến khác đây".* Ông chủ nói với người ấy: *"Khá lắm! hỡi người đầy tớ tài giỏi và trung thành! Trong việc ít mà anh đã trung thành, thì tôi sẽ đặt anh lên coi việc nhiều. Hãy vào mà hưởng niềm vui của chủ anh!"* Rồi người đã lãnh một yến cũng tiến lại gần và nói: *"Thưa ông chủ, tôi biết ông là người hà khắc, gặt chỗ không gieo, thu nơi không vãi. Vì thế, tôi đâm sợ, mới đem chôn giấu yến bạc của ông dưới đất. Của ông đây, ông cầm lấy!"* Ông chủ đáp: *"Hỡi tên đầy tớ tồi tệ và biếng nhác! Ngươi đã biết ta gặt chỗ không gieo, thu nơi không vãi, thì đáng lý ngươi phải gởi số bạc của ta cho các chủ ngân hàng, để khi ta đến, ta thu hồi của thuộc về ta cùng với số lời chứ! Vậy các ngươi hãy lấy yến bạc khỏi tay nó mà đưa cho người đã có mười yến."*

1. Người quản lý đầu tư tài sản của mình một cách khôn ngoan.

   "Chúa Giê-su kể một câu chuyện về ba người đầy tớ nhận trách nhiệm đầu tư tài sản của người chủ. Hai trong số đó đã đầu tư một cách khôn ngoan."

2. Người quản lý đầu tư thời gian của mình một cách khôn ngoan.

   "Chúa Giê-su muốn chúng ta đặt Nước Trời của Người lên trên mọi sự."

3. Người quản lý sống trong sự liêm chính.

"Khi thấy được sự liêm chính và lương thiện của chúng ta, Người sẽ giao phó cho chúng ta nhiều hơn."

"Chúa Giê-su là một Người quản lý và sống cùng chúng ta. Theo Người, chúng ta cũng sẽ trở thành những người quản lý. Chúng ta sẽ đầu tư của cải, thời gian của mình một cách khôn ngoan và sống trong sự liêm chính."

Mệnh Lệnh Đầu Tiên Cho Loài Người Của Thiên Chúa Là Gì?

–Sách Sáng Thế 1:28– Thiên Chúa ban phúc lành cho họ, và Thiên Chúa phán với họ: "Hãy sinh sôi nảy nở thật nhiều, cho đầy mặt đất, và thống trị mặt đất. Hãy làm bá chủ cá biển, chim trời, và mọi giống vật bò trên mặt đất."

"Chúa bảo loài người hãy sinh sôi nảy nở và có những đứa con bằng xương bằng thịt."

Mệnh Lệnh Cuối Cùng Cho Loài Người Của Chúa Giê-su?

–Mác-cô 16:15– Người nói với các ông: "Anh em hãy đi khắp tứ phương thiên hạ, loan báo Tin Mừng cho mọi loài thọ tạo."

"Chúa Giê-su bảo các môn đệ hãy sinh sôi nảy nở và có những đứa con tâm linh."

Làm Sao Để Ta Sinh Hoa Kết Trái?

–Thư thứ hai gửi ông Ti-mô-thê 2:2– Những gì anh đã nghe tôi nói trước mặt nhiều nhân chứng, thì hãy trao lại cho những người tin cẩn, những người có khả năng dạy cho người khác.

"Khi chúng ta rao giảng cho người khác như những gì chúng ta đã được học, Thiên Chúa sẽ làm sinh hoa kết trái đời sống chúng ta. Đấy chính là "nguyên tắc 222", Chúa Giê-su tỏ mình cho ông Phao-lô. Ông Phao-lô giảng dạy cho ông Ti-mô-thê. Ông Ti-mô-thê đi rao giảng cho các tín đồ để họ tiếp tục rao giảng cho những người khác. Điều này diễn ra xuyên suốt trong lịch sử... cho đến một ngày ai đó chia sẻ với bạn về Chúa Giê-su!"

Biển Ga-li-lê Và Biển Chết ☙

- Vẽ một bức tranh ở trang kế tiếp từng bước một vì bạn giảng từng phần của để minh họa. Bức tranh chính là bản vẽ khi hoàn thành.

    "Có hai vùng biển ở Ít-ra-en. Có ai biết tên của hai vùng biển đó không?"

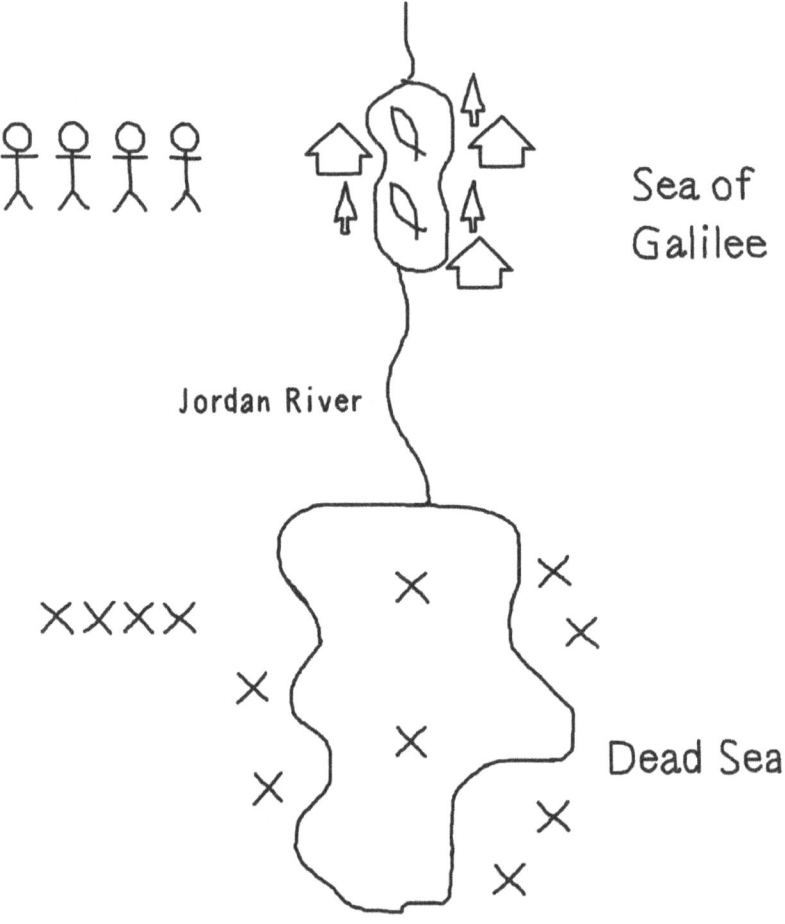

(BIỂN GA-LI-LÊ VÀ BIỂN CHẾT)

- Vẽ hai vòng tròn, vòng nhỏ hơn ở trên. Nối chúng lại bằng 1 đường. Vẽ một đường hướng lên từ đỉnh của vòng tròn nhỏ. Ghi tên hai vùng biển cạnh hai vòng.

"Có ai biết dòng sông nào nối giữa hai biển không?"

(SÔNG GIOÓC-ĐAN)

- Ghi tên dòng sông.

  "Hai vùng biển này rất khác nhau. Biển Ga-li-lê có rất nhiều cá."

- Vẽ cá vào vùng biển Ga-li-lê.

  "Biển Chết lại không có cá."

- Vẽ nhiều chữ X vào biển Chết.

  "Biển Ga-li-lê có rất nhiều cây mọc xung quanh."

- Vẽ nhiều cây xung quanh vùng biển Ga-li-lê.

  "Trong khi biển Chết không hề có cây cối xung quanh."

- Vẽ nhiều chữ X xung quanh biển Chết.

  "Có rất nhiều ngôi làng quanh biển Ga-li-lê."

- Vẽ nhiều ngôi nhà xung quanh vùng biển Ga-li-lê.

  "Còn biển Chết thì không có ngôi làng nào cả."

- Vẽ nhiều chữ X xung quanh biển Chết.

  "Ở đây có ai biết tên bốn người nổi tiếng sống bên vùng biển Ga-li-lê không?"

(PHÊ-RÔ, AN-RÊ, GIA-CÔ-BÊ, GIO-AN)

- Vẽ bốn hình người cạnh biển Ga-li-lê.

"Và chẳng có người nổi tiếng nào sống bên vùng biển Chết."

- Vẽ nhiều chữ X bên cạnh biển Chết.

"Các bạn có biết tại sao biển Chết thì "chết" trong khi biển Ga-li-lê lại sống không?"

"Vì biển Ga-li-lê có những dòng nước chảy vào và chảy ra, nhưng biển Chết chỉ có những dòng nước chảy vào thôi."

"Đây là một bức tranh minh họa cho cuộc sống tâm linh của chúng ta. Khi nhận được phước lành, chúng ta nên cho đi. Khi được giảng dạy, chúng ta nên rao giảng cho những người khác. Như vậy, chúng ta sẽ trở nên như biển Ga-li-lê. Nếu cứ giữ cho riêng mình, chúng ta sẽ trở nên như biển Chết."

"Trở nên giống biển nào thì dễ hơn? Biển Chết hay biển Ga-li-lê? Hầu hết mọi người giống như biển Chết vì họ muốn nhận hơn là cho đi. Tuy nhiên, những ai theo Chúa thì giống như biển Ga-li-lê. Người trao cho chúng ta những gì Người nhận được từ Chúa Cha. Khi đào tạo những người khác để họ đi rao giảng, chúng ta đang noi theo gương của Chúa Giê-su."

"Bạn thích giống như biển nào? Tôi thì thích biển Ga-li-lê hơn."

Câu Kinh Thánh Ghi Nhớ

–Gio-an 15:8– Điều làm Chúa Cha được tôn vinh là: Anh em sinh nhiều hoa trái và trở thành môn đệ của Thầy.

- Mọi người cùng đứng lên và đọc câu Kinh Thánh ghi nhớ mười lần. Sáu lần đầu tiên, học viên tra Kinh Thánh hay sách hướng dẫn. Bốn lần sau, học viên tự đọc bằng trí nhớ của mình. Học viên nên nên đọc vị trí trước rồi mới đến nội dung của câu Kinh Thánh ghi nhớ, và ngồi xuống khi hoàn thành.
- Thực hiện theo quy trình này sẽ giúp đào tạo viên biết được nhóm nào đã thực hiện xong bài học trong giai đoạn "Thực hành".

Pratique

Thực Hành

- Đề nghị học viên ngồi đối diện người cộng sự ở giai đoạn cầu nguyện. Học viên lần lượt giảng cho nhau về bài học.

"Người trẻ nhất trong từng cặp sẽ là lãnh đạo."

- Điều này có nghĩa là những người đó sẽ thực hiện việc giảng dạy trước.
- Áp dụng *Quy Trình Đào Tạo Đào Tạo Viên* ở trang 22.
- Nhấn mạnh rằng bạn muốn họ giảng dạy tất cả trong giai đoạn *Học tập* theo cách bạn đã làm.

"Đưa ra những câu hỏi, cùng đọc Kinh Thánh, và trả lời giống như cách tôi đã thực hiện với các bạn.

- Vẽ hình minh họa biển Ga-li-lê/ biển Chết và trích dẫn câu Kinh Thánh ghi nhớ như lúc nãy tôi đã thực hiện.
- Mỗi bạn nên dùng một trang giấy trắng mỗi khi vẽ minh họa hai vùng biển trên."
- Sau khi mọi người hoàn tất việc giảng dạy, bạn đề nghị họ đổi cộng sự và lập lại việc dạy lần lượt mỗi người. Khi hoàn thành, hãy đề nghị học viên nghĩ ra người mà họ sẽ chia sẻ bài học này khi kết thúc khóa học. Viết tên người đó vào phía trên ở trang đầu tiên của bài học.

Kết Thúc

Tặng Quà Cho Chúa Giê-su ⌘

- Mời một người tình nguyện giúp đỡ thực hiện trò chơi sinh hoạt.
- Bạn và người tình nguyện mỗi người đứng một góc phòng.

"Tôi muốn mọi người hình dung rằng chúng tôi (Bạn và người tình nguyện) cùng chín chắn như nhau về mặt tâm linh."

✋ Ca tụng
   Giơ tay lên ca tụng Thiên Chúa.

✋ Cầu nguyện
   Chắp tay theo kiểu cầu nguyện.

✋ Học tập Kinh Thánh
   Đưa lòng bàn tay hướng lên như thể bạn đang đọc sách.

✋ Kể cho mọi người về Chúa Giê-su
Vung tay ra như thể bạn đang rải hạt.

- Nhấn mạnh rằng cả hai như nhau về mặt tâm linh, ngoại trừ một điểm khác biệt.

"Điểm khác biệt duy nhất giữa tôi và anh/cô ta là anh ta đào tạo tín hữu mà anh ta dẫn dắt đến với Chúa Ki-tô để rao giảng cho những người khác, còn tôi chỉ đơn thuần giảng dạy."

"Bây giờ, tôi sẽ cho các bạn sự khác biệt mà khóa đào tạo này làm nên."

- Trình bày rằng mỗi năm, bạn và người tình nguyện đều kêu gọi được một người đến với Chúa Ki-tô.
- Cả hai đi về phía khán giả, mỗi người mời một người đi theo và cùng trở về vị trí cũ.

"Các bạn có thể thấy rằng sau một năm, không hề có sự khác biệt gì cả. Tôi kêu gọi được một người và anh/cô ta cũng vậy."

- Tuy nhiên, chỉ có người tình nguyện đào tạo tín hữu mà anh ta dẫn dắt đến với Chúa Ki-tô. Lần này, cả hai người bên phía người tình nguyện đều thực hiện các ký hiệu tay cùng nhau. Riêng bạn thực hiện một mình.

"Hãy xem điều gì sẽ xảy ra vào năm thứ hai. Tôi và anh/cô ta đều kêu gọi được thêm một người. Khác biệt duy nhất là anh/cô ta đào tạo người của mình thực hiện như những gì anh/cô ta đã làm. Vậy nên, mỗi người bên nhóm người tình nguyện đều kêu gọi thêm được một người, tổng cộng là hai, trong khi tôi chỉ được một."

- Bạn và người tình nguyện đi về phía khán giả để chọn một môn đệ. Môn đệ của người tình nguyện cũng có được môn đệ của riêng mình.

"Các bạn có thể thấy rằng sau hai năm đã xuất hiện chút khác biệt: tôi có 2 người còn anh/cô ta có ba."

- Lặp lại quá trình lần nữa: Trong khi cả nhóm kia đều thực hiện ký hiệu tay, bên nhóm bạn chỉ có mình bạn thực hiện.
- Lặp lại quá trình nhiều "năm" cho đến khi tất cả mọi người trong buổi học đều được mời. Mỗi lần bạn thực hiện một mình, hãy nói với tín hữu của bạn rằng họ *nên* ca tụng, cầu nguyện, học Lời Chúa, và loan báo Tin Mừng, nhưng không đào tạo họ thực hiện.
- Trong trường hợp nếu bạn không còn đủ người để mời lên, hãy bảo họ giơ hai tay để tượng trưng cho hai người.
- Sau năm năm, học viên sẽ ấn tượng bởi số người mà người tình nguyện đã đào tạo khi so sánh với nhóm bạn. Nhấn mạnh rằng bạn rất yêu môn đệ của mình, vì mong muốn họ trở nên mạnh mẽ nên bạn đã giảng dạy họ rất nhiều thứ, nhưng bạn không bao giờ đào tạo họ để đào tạo người khác.

"Khi về Thiên Đàng, bạn sẽ tặng món quà gì cho Chúa Giê-su để cảm kích việc Người đã chết trên thập giá vì ta? Chỉ một nhúm người tôi có, hay là rất nhiều môn đệ như của anh/cô ta?"

- Chỉ tay về phía người tình nguyện.

"Thiên Chúa đã ra lệnh cho ta sinh sôi nảy nở. Tôi muốn trở nên giống Chúa Giê-su, Người đã giảng dạy cho các môn đệ để họ ra đi rao giảng cho mọi người. Tôi muốn tặng Người một món quà lớn, chính là những môn đệ tôi đã giảng dạy để họ tiếp tục công việc rao giảng. Tôi muốn trở thành một người quản lý thời gian và tiền bạc của mình và sống trong sự liêm chính."

- Đề nghị nhóm của bạn tham gia với nhóm người tình nguyện và giảng dạy lẫn nhau để tất cả đều là người chiến thắng.
- Đề nghị người tình nguyện từ trò chơi sinh hoạt "Tặng quà cho Chúa Giê-su" kết thúc buổi học bằng việc cầu nguyện.

3

Tình Yêu

Tình yêu mô tả Chúa Giê-su là một Mục Tử: dẫn dắt, bảo vệ và nuôi nấng bầy chiên của Người. Chúng ta "nuôi" con người bằng cách giảng dạy Lời Chúa cho họ, nhưng điều gì về Thiên Chúa nên được rao giảng đầu tiên? Học viên tìm hiểu về điều răn quan trọng nhất của Thiên Chúa, nhận ra nguồn cội của tình yêu là ai, và khám phá cách thờ phượng Thiên Chúa dựa trên điều răn quan trọng nhất.

Học viên thực hành bằng cách dẫn dắt một nhóm môn đệ với bốn điểm mấu chốt: ca tụng (yêu Chúa bằng cả trái tim), cầu nguyện (yêu Chúa bằng cả linh hồn), học Kinh Thánh (yêu Chúa bằng cả trí khôn), luyện tập một kĩ năng (để chúng ta có thể yêu Chúa bằng cả sức lực). Một trò chơi sinh hoạt "Hổ và Chiên" vào cuối bài học sẽ minh họa cho nhu cầu về nhóm môn đệ của các tín hữu.

Ca Tụng

- Nhờ ai đó cầu nguyện cho sự hiện diện và phước lành của Thiên Chúa.
- Cùng hát hai bài thánh ca hoặc điệp khúc.

Cầu Nguyện

- Chia học viên thành từng cặp với người chưa từng là cộng sự của họ trước đó.
- Mỗi học viên trả lời cho cộng sự của mình hai câu hỏi sau:

    1. Chúng ta cầu nguyện thế nào cho những người hư mất mà bạn biết để họ được cứu rỗi?
    2. Chúng ta cầu nguyện thế nào cho nhóm mà bạn đang đào tạo?

- Nếu một học viên nào đó vẫn chưa có nhóm tín hữu để đào tạo, hãy cầu nguyện cho những người tiềm năng quanh họ.
- Mọi người cầu nguyện cùng nhau.

Học Tập

Ôn Tập

Các giai đoạn ôn tập đều giống nhau. Đề nghị học viên đứng lên và thuật lại bài học trước. Đảm bảo rằng họ cũng thực hiện các ký hiệu tay.

Tám hình ảnh giúp ta noi gương Chúa Giê-su là gì?
Người Lính, Người Tìm Kiếm, Mục Tử, Người Gieo Hạt, Người Con, Đấng Thánh, Người Tôi Tớ, Người Quản Lý.

Sinh sôi nảy nở
   Ba điều một người quản lý làm?
   Mệnh lệnh đầu tiên cho loài người của Thiên Chúa là gì?
   Mệnh lệnh cuối cùng cho loài người của Chúa Giê-su?
   Làm sao để ta sinh sôi nảy nở?
   Tên hai vùng biển nằm ở Ít-ra-en?
   Tại sao chúng lại khác nhau thế?
   Bạn muốn trở nên như vùng biển nào?

Chúa Giê-su Là Ai?

–Mác-cô 6:34– Ra khỏi thuyền, Đức Giê-su thấy một đám người rất đông thì chạnh lòng thương, vì họ như bầy chiên không người chăn dắt. Và Người bắt đầu dạy dỗ họ nhiều điều.

"Chúa Giê-su là vị Mục Tử nhân lành. Người yêu thương con dân, hiểu vấn đề của họ và bắt đầu dạy họ theo cách của Thiên Chúa. Người sống cùng ta và thực hiện điều ấy suốt cuộc đời ta."

   Mục tử
      Di chuyển cánh tay về phía cơ thể của bạn như thể bạn đang tập hợp mọi người.

Ba Điều Một Mục Tử Làm?

–Thánh Vịnh 23:1-6– CHÚA là mục tử chăn dắt tôi, tôi chẳng thiếu thốn gì. Trong đồng cỏ xanh tươi, Người cho tôi nằm nghỉ. Người đưa tôi tới dòng nước trong lành và bổ sức cho tôi. Người dẫn tôi trên đường ngay nẻo chính vì danh dự của Người. Lạy Chúa, dầu qua lũng âm u con sợ gì nguy khốn, vì có Chúa ở cùng. Côn trượng Ngài bảo vệ, con vững dạ an tâm.Chúa dọn sẵn cho con bữa tiệc ngay trước mặt quân thù. Đầu con, Chúa xức đượm dầu thơm, ly rượu con đầy tràn chan chứa. Lòng nhân hậu và tình thương CHÚA ấp ủ tôi suốt cả cuộc đời, và tôi được ở đền Người những ngày tháng, những năm dài triền miên.

1. Mục tử dẫn dắt bầy chiên của mình đi đường ngay lối phải.
2. Mục tử che chở bầy chiên của mình khỏi hiểm nguy.
3. Mục tử nuôi nấng bầy chiên của mình.

"Chúa Giê-su là Mục Tử, theo Người, chúng ta cũng sẽ trở nên những mục tử. Chúng ta sẽ dẫn dắt người ta đến với Người, che chở họ khỏi ma quỷ, và nuôi nấng họ bằng Lời Chúa."

Mệnh Lệnh Ra Đi Rao Giảng Quan Trọng Nhất Là Gì?

–Mác-cô 12:28-31– Có một người trong các kinh sư đã nghe Đức Giê-su và những người thuộc nhóm Xađốc tranh luận với nhau. Thấy Đức Giê-su đối đáp hay, ông đến gần Người và hỏi: "Thưa Thầy, trong mọi điều răn, điều răn nào đứng đầu?" Đức Giê-su trả lời: "Điều răn đứng đầu là: Nghe đấy, hỡi Ít-ra-en, Đức Chúa, Thiên Chúa chúng ta, là Đức Chúa duy nhất. Ngươi phải yêu mến Đức Chúa, Thiên Chúa của ngươi, hết lòng, hết linh hồn, hết trí khôn và hết sức lực ngươi. Điều răn thứ hai là: Ngươi phải yêu người thân cận như chính mình. Chẳng có điều răn nào khác lớn hơn các điều răn đó".

YÊU CHÚA

🖐 Giơ tay hướng về phía Chúa.

YÊU NGƯỜI

🖐 Giơ tay hướng về phía những người khác.

Tình Yêu Xuất Phát Từ Đâu?

—Thư thứ nhất của Thánh Gio-an 4:7,8— Anh em thân mến, chúng ta hãy yêu thương nhau, vì tình yêu bắt nguồn từ Thiên Chúa. Phàm ai yêu thương thì đã được Thiên Chúa sinh ra, và người ấy biết Thiên Chúa. Ai không yêu thương, thì không biết Thiên Chúa, vì Thiên Chúa là tình yêu.

TÌNH YÊU XUẤT PHÁT TỪ THIÊN CHÚA

"Chúng ta được Thiên Chúa yêu, và chúng ta yêu Ngài"

🖐 Giơ tay hướng lên như thể nhận được tình yêu và trao lại cho Chúa.

"Chúng ta được Thiên Chúa yêu, và chúng ta yêu mọi người."

🖐 Giơ tay hướng lên như thể nhận được tình yêu và đưa ra trao cho mọi người.

Thờ Phượng Đơn Giản là gì?

🖐 Ca tụng
   Giơ tay lên ca tụng Chúa.

🖐 Cầu nguyện
   Chắp tay lại theo tư thế cầu nguyện.

🖐 Học tập
   Đưa lòng bàn tay hướng lên như thể bạn đang đọc sách.

🖐 Thực hành
   Vung tay ra trước sau như thể bạn đang rải hạt.

Tại Sao Chúng Ta Thực Hiện Thờ Phượng Đơn Giản?

–Mác-cô 12:30– Ngươi phải yêu mến Đức Chúa, Thiên Chúa của ngươi, hết lòng, hết linh hồn, hết trí khôn và hết sức lực ngươi.

- Ôn lại quy trình Thờ Phượng Đơn Giản cùng các học viên. Từng phần của Thờ Phượng Đơn Giản đào tạo chúng ta vâng theo điều răn quan trọng nhất của Chúa Giê-su, xem trong Tin Mừng theo Thánh Mác-cô chương 12 câu 30.
- Bài học này cho ta thấy mục đích của Thờ Phượng Đơn Giản. Luyện tập ký hiệu tay cùng với học viên nhiều lần.

"Vì yêu Chúa bằng cả trái tim nên chúng ta ca tụng Ngài. Vì yêu Chúa bằng cả linh hồn nên chúng ta cầu nguyện Ngài. Vì yêu Chúa bằng cả trí khôn nên chúng ta học Kinh Thánh. Vì yêu Chúa bằng cả sức lực nên chúng ta thực hành những gì được học."

Chúng ta...	Nên chúng ta...	Ký hiệu tay
Yêu Chúa hết lòng	Ca tụng	Đặt tay lên ngực rồi giơ tay lên ca tụng Chúa.
Yêu Chúa hết linh hồn	Cầu nguyện	Đưa tay ra hai bên rồi chắp lại theo tư thế cầu nguyện.
Yêu Chúa hết trí khôn	Học tập	Đặt tay vào bên phải đầu như thể đang suy nghĩ, rồi đưa hai tay lên như thể đang đọc sách.
Yêu Chúa hết sức lực	Chia sẻ những gì được học (Thực hành)	Đưa tay lên gập lại như cho thấy cơ bắp, rồi đưa tay ra gieo hạt.

Cần Bao Nhiêu Người Để Thực Hiện Thờ Phượng Đơn Giản?

–Mát-thêu 18:20– Vì ở đâu có hai ba người họp lại nhân danh Thầy, thì có Thầy ở đấy, giữa họ.

"Chúa Giê-su bảo rằng nơi đâu có hai ba tín hữu họp lại vì Người, Người ở nơi đó cùng họ."

Câu Kinh Thánh Ghi Nhớ

–Gio-an 13:34, 35– Thầy ban cho anh em một điều răn mới là anh em hãy yêu thương nhau như Thầy đã yêu thương anh em. Ở điểm này, mọi người sẽ nhận biết anh em là môn đệ của Thầy: là anh em có lòng yêu thương nhau.

- Mọi người cùng đứng lên và đọc câu Kinh Thánh ghi nhớ mười lần. Sáu lần đầu tiên, học viên tra Kinh Thánh hay sách hướng dẫn. Bốn lần sau, học viên tự đọc bằng trí nhớ của mình. Học viên nên nên đọc vị trí trước rồi mới đến nội dung của câu Kinh Thánh ghi nhớ, và ngồi xuống khi hoàn thành.
- Thực hiện theo quy trình này sẽ giúp đào tạo viên biết được ai đã thực hiện xong bài học trong giai đoạn "Thực hành".

THỰC HÀNH

- Đề nghị học viên ngồi đối diện người cộng sự ở giai đoạn cầu nguyện. Học viên lần lượt giảng cho nhau về bài học.

"*Người lớn tuổi nhất* trong từng cặp sẽ là lãnh đạo."

- Áp dụng *Quy Trình Đào Tạo Đào Tạo Viên* ở trang 22.
- Nhấn mạnh rằng bạn muốn họ giảng dạy tất cả trong giai đoạn "Học tập" theo cách bạn đã làm.

  "Đưa ra những câu hỏi, cùng đọc Kinh Thánh, và trả lời giống như cách tôi đã thực hiện với các bạn."

- Sau khi học viên đã thực hiện việc đào tạo cho từng người xong, đề nghị họ lặp lại một lần nữa với một cộng sự khác. Hãy đề nghị học viên nghĩ về người mà họ sẽ chia sẻ bài học này khi kết thúc khóa học.

  "Hãy bỏ vài phút để nghĩ về người mà bạn sẽ chia sẻ bài học ngày hôm nay sau khi kết thúc khóa học. Viết tên người đó vào góc trên trang đầu tiên của bài học hôm nay."

Kết Thúc

Thờ Phượng Đơn Giản

- Chia các học viên thành từng nhóm bốn người. Đề nghị mỗi nhóm đặt tên nhóm mình trong vòng một phút.
- Đi vòng quanh phòng và hỏi về tên của từng nhóm.
- Ôn lại các bước trong Thờ Phượng Đơn Giản với các học viên bằng cách đề nghị họ thực hành Thờ Phượng Đơn Giản cùng nhau.
- Từng người trong nhóm nên phụ trách từng phần khác nhau khi thờ phượng Chúa. Ví dụ, người thứ nhất phụ trách giai đoạn Ca tụng, người thứ hai phụ trách giai đoạn Cầu nguyện, người thứ ba phụ trách giai đoạn Học tập, người cuối cùng phụ trách giai đoạn Thực hành.

- Đề nghị các nhóm thực hiện việc thờ phượng một cách nhẹ nhàng như thể sẽ có nhóm khác bên cạnh. Nhắc nhở học viên không "thuyết giáo" mà "kể" chuyện Kinh Thánh. Đề nghị người lãnh đạo giai đoạn Học tập kể cho nhóm nghe một câu chuyện về tình yêu Thiên Chúa. Nếu học viên không thể chọn được câu chuyện nào, hãy gợi ý dụ ngôn người cha nhân hậu (Lu-ca 15:11-32). Người lãnh đạo giai đoạn Học tập sẽ hỏi ba câu:

    1. Câu chuyện này cho chúng ta biết gì về Thiên Chúa?
    2. Câu chuyện này cho chúng ta biết gì về loài người?
    3. Câu chuyện này giúp chúng ta noi gương Chúa Giê-su như thế nào?

- Người lãnh đạo giai đoạn Thực hành kể lại câu chuyện lúc nãy, hỏi lại các câu hỏi và cả nhóm sẽ cùng nhau thảo luận lại.

Tại Sao Khởi Động Một Nhóm Môn Đệ Lại Quan Trọng Với Bạn?

Hổ Và Chiên ︎

- Hãy tưởng tượng căn phòng là một trang trại chiên. Nhờ một người tình nguyện đóng vai người bảo vệ (mục tử) cho đàn chiên. Nhờ ba người khác đóng vai hổ. Mọi người còn lại là đàn chiên.

"Mục đích của bầy hổ là tổn thương nhiều chiên nhất có thể. Nếu bị người bảo vệ chạm vào, hổ đó phải cuối xuống và "chết. Nếu bị hổ chạm vào, chiên đó phải cuối xuống và "bị thương". Người bảo vệ sẽ bị thương nếu có hai hổ chạm vào anh/cô ta cùng lúc. Bất kì ai "bị thương" hay "chết", đều bị loại khỏi cuộc chơi cho đến khi kết thúc.

- Để nghị mọi người cất đi sách, bút và bất cứ vật gì có thể gây nguy hiểm trên sàn trước khi bắt đầu.

"Các bạn được phép la hét trong khi chơi."

- Đếm đến ba và nói "Bắt đầu!". Tiếp tục trò chơi đến khi toàn bộ hổ chết hoặc toàn bộ chiên bị thương. Thông thường, bầy chiên sẽ không bị thương toàn bộ nhưng người bảo vệ sẽ có khả năng bị thương.
- Để nghị mọi người chơi trò chơi thêm một lần nữa. Tuy nhiên, lần này bạn chọn thêm năm người bảo vệ và giữ nguyên ba hổ. Mọi người còn lại là đàn chiên. Khuyến khích đàn chiên tụm lại cạnh người bảo vệ theo từng nhóm nhỏ để được che chở. Đếm đến ba và nói "Bắt đầu!"
- Tiếp tục trò chơi đến khi toàn bộ hổ chết hoặc toàn bộ chiên bị thương. Hổ sẽ chết hết rất nhanh. Vài chiên có thể bị thương.

Đây là bức tranh giải thích tại sao chúng ta cần nhiều nhóm và Hội Thánh mới. Cuộc chơi lần đầu tựa như một vị linh mục cố gắng bảo vệ toàn bộ Hội Thánh của ông và mong muốn Hội Thánh ấy lớn mạnh dần. Kết quả là rất dễ cho Sa-tan làm tổn thương con chiên. Ở cuộc chơi thứ hai, nhiều vị lãnh đạo tâm linh đã có thể bảo vệ các nhóm của họ. Vì thế, Sa-tan và quỷ dữ của hắn (mà ba hổ là tượng trưng) đã không thể dễ dàng tổn thương đàn chiên.

Chúa Giê-su là vị Mục Tử Nhân Lành. Người đã dâng hiến cuộc đời mình vì đàn chiên. Chúng ta, những mục tử tâm linh, hãy khao khát dâng hiến "cuộc đời" – thời gian, sự cầu nguyện, tâm trí cho những con chiên đang hướng về chúng ta để học hỏi về Chúa Giê-su. Chúng ta không thể có mặt ở khắp mọi nơi cùng lúc cho như Chúa Giê-su. Vì thế, chúng ta nên đào tạo những người khác để họ tiếp tục đi rao giảng, nhằm giảm đi gánh nặng trên vai mỗi người và thi hành luật của Chúa Ki-tô.

4

Cầu Nguyện

Cầu nguyện mô tả Chúa Giê-su là Đấng Thánh. Người sống một cuộc sống thánh thiện và chết trên thập giá vì chúng ta. Thiên Chúa ban ơn gọi cho chúng ta trở nên thánh khi chúng ta theo Chúa Giê-su. Một vị thánh thờ phượng Thiên Chúa, sống một cuộc sống thánh thiện và cầu nguyện cho mọi người. Theo gương Chúa Giê-su cầu nguyện, chúng ta ca tụng Thiên Chúa, ăn năn hối lỗi, cầu xin Chúa những gì ta cần và khiêm nhường trước những gì Ngài yêu cầu chúng ta thực hiện.

Thiên Chúa đáp lời cầu nguyện của chúng ta theo một trong bốn cách: từ chối (nếu lời cầu nguyện có động cơ sai trái), chậm (nếu không đúng thời điểm), trưởng thành (nếu chúng ta cần chín chắn hơn trước khi Người đáp lời), ra đi (khi ta cầu nguyện theo Lời và Ý Muốn của Ngài). Học viên sẽ ghi nhớ số điện thoại của Thiên Chúa: 3-3-3, dựa theo Sách Tiên Tri Giê-rê-mi-a 33:3 và được khuyến khích "gọi" Ngài mỗi ngày.

CA TỤNG

- Nhờ ai đó cầu nguyện cho sự hiện diện và phước lành của Thiên Chúa.
- Cùng hát hai bài thánh ca hoặc điệp khúc.

CẦU NGUYỆN

- Chia học viên thành từng cặp với người chưa từng là cộng sự của họ trước đó.
- Mỗi học viên trả lời cho cộng sự của mình câu hỏi sau:

    1. Chúng ta cầu nguyện thế nào cho những người hư mất mà bạn biết để họ được cứu rỗi?
    2. Chúng ta cầu nguyện thế nào cho nhóm mà bạn đang đào tạo?

- Nếu một học viên nào đó vẫn chưa có nhóm tín hữu để đào tạo, hãy cầu nguyện cho những người tiềm năng quanh họ.
- Mọi người cầu nguyện cùng nhau.

HỌC TẬP

Trò Chơi Điện Thoại ☙

"Các bạn đã từng chơi trò chơi điện thoại chưa?"

- Trình bày rằng bạn sẽ nói cho người bên cạnh một vài từ, người đó sẽ nói cho người tiếp theo nghe. Mỗi người thì thầm cho người bên cạnh mình những gì đã nghe cho đến khi hoàn thành một vòng tròn.

- Người cuối cùng sẽ lặp lại cụm từ đã nghe. Tiếp theo, bạn nói lại cụm từ lúc đầu để mọi người so sánh. Hãy chọn một cụm nghe có chút ngớ ngẩn và gồm nhiều phần. Chơi trò chơi này hai lần.

"Chúng ta thường nghe nhiều điều về Thiên Chúa nhưng ít khi nói chuyện trực tiếp với Ngài. Trong trò chơi này, nếu bạn hỏi tôi trực tiếp những gì tôi đã nói, sẽ không có gì rắc rối hay khó hiểu. Khi bạn được nghe những gì đã truyền qua nhiều người thì rất dễ gặp lỗi. Cầu nguyện rất quan trọng trong đời sống tâm linh của chúng ta vì đó là cách thức nói chuyện *trực tiếp* với Thiên Chúa".

Ôn Tập

Các giai đoạn ôn tập đều giống nhau. Đề nghị học viên đứng lên và thuật lại bài học trước. Đảm bảo rằng họ cũng thực hiện các ký hiệu tay.

Tám hình ảnh giúp ta noi gương Chúa Giê-su là gì?
Người Lính, Người Tìm Kiếm, Mục Tử, Người Gieo Hạt, Người Con, Đấng Thánh, Người Tôi Tớ, Người Quản Lý.

Sinh sôi nảy nở
Ba điều một người quản lý làm?
Mệnh lệnh đầu tiên cho loài người của Thiên Chúa là gì?
Mệnh lệnh cuối cùng cho loài người của Chúa Giê-su?
Làm sao để ta sinh sôi nảy nở?
Tên hai vùng biển nằm ở Ít-ra-en?
Tại sao chúng lại khác nhau thế?
Bạn muốn trở nên như vùng biển nào?

Tình yêu
Ba điều một mục tử làm?
Mệnh lệnh ra đi rao giảng quan trọng nhất là gì?
Tình yêu đến từ đâu?
Thờ Phượng Đơn Giản là gì?
Tại sao chúng ta thực hiện Thờ Phượng Đơn Giản?
Cần bao nhiêu người để thực hiện Thờ Phượng Đơn Giản?

Chúa Giê-su Là Ai?

–Lu-ca 4:33-35– Trong hội đường, có một người bị quỷ thần ô uế nhập, la to lên rằng: "Ông Giê-su Na-da-rét, chuyện chúng tôi can gì đến ông, mà ông đến tiêu diệt chúng tôi? Tôi biết ông là ai rồi: ông là Đấng Thánh của Thiên Chúa!" Nhưng Đức Giê-su quát mắng nó: "Câm đi, hãy xuất khỏi người này!" Quỷ vật người ấy ngã xuống giữa hội đường, rồi xuất khỏi anh ta, nhưng không làm hại gì anh."

"Chúa Giê-su là Đấng Thánh của Thiên Chúa. Chúng ta thờ phượng Người. Người chuyển cầu cho chúng ta trước tòa Thiên Chúa. Người kêu gọi chúng ta chuyển cầu cho mọi người và sống một đời sống thánh thiện kết nối với Người. Chúng ta được kêu gọi nên thánh."

Đấng Thánh
Chắp tay lại theo tư thế cầu nguyện.

Ba Điều Một Vị Thánh Làm Là Gì?

–Mát-thêu 21:12-16– Đức Giê-su vào Đền Thờ, đuổi tất cả những người đang mua bán trong Đền Thờ, lật bàn của những người đổi bạc và xô ghế của những kẻ bán bồ

câu. Rồi Người bảo họ: "Đã có lời chép rằng: Nhà Ta sẽ được gọi là nhà cầu nguyện, thế mà các người lại biến thành sào huyệt của bọn cướp". Có những kẻ mù lòa, què quặt đến với Người trong Đền Thờ, và Người đã chữa họ lành. Nhưng các thượng tế và kinh sư thấy những việc lạ lùng Người đã làm và thấy lũ trẻ reo hò trong Đền Thờ: "Hoan hô Con vua Đavít!", thì tức tối và nói với Người rằng: "Ông có nghe chúng nói gì không?" Đức Giê-su đáp: "Có; nhưng còn lời này, các ông chưa bao giờ đọc sao: Ta sẽ cho miệng con thơ trẻ nhỏ cất tiếng ngợi khen?"

1. Các vị thánh thờ phượng Thiên Chúa.

   "Chúng ta ca tụng Thiên Chúa như lũ trẻ đã làm trong Đền Thờ.

2. Các vị thánh sống một cuộc sống thánh thiện.

   "Chúa Giê-su không cho phép nhà Cha Người bị ô uế bởi thói hám lợi."

3. Các vị thánh cầu nguyện cho mọi người.

   "Chúa Giê-su đã từng nói nhà Thiên Chúa là ngôi nhà của người cầu nguyện."

"Chúa Giê-su là Đấng Thánh sống giữa chúng ta. Theo Người, chúng ta sẽ trưởng thành trong sự thánh thiện như là những vị thánh của Người. Chúng ta sẽ thờ phượng, sống một cuộc sống thánh thiện, và cầu nguyện cho những người khác như Chúa Giê-su đã làm."

Chúng Ta Nên Cầu Nguyện Thế Nào?

–Lu-ca 10:21– Ngay giờ ấy, được Thánh Thần tác động, Đức Giê-su hớn hở vui mừng và nói: "Lạy Cha là Chúa Tể trời đất, con xin ngợi khen Cha, vì Cha đã giấu kín không cho bậc khôn ngoan thông thái biết những điều này, nhưng lại mặc khải cho những người bé mọn. Vâng, lạy Cha, vì đó là điều đẹp ý Cha".

CA TỤNG

"Chúa Giê-su đã đến với Thiên Chúa thông qua cầu nguyện, vui mừng và tạ ơn những gì Thiên Chúa đã làm cho thế giới."

Ca tụng
 Giơ tay lên thờ phượng.

–Lu-ca 18:10-14– Có hai người lên đền thờ cầu nguyện. Một người thuộc nhóm Pha-ri-sêu, còn người kia làm nghề thu thuế. Người Pha-ri-sêu đứng riêng một mình, cầu nguyện rằng: "Lạy Thiên Chúa, xin tạ ơn Chúa, vì con không như bao kẻ khác: tham lam, bất chính, ngoại tình, hoặc như tên thu thuế kia. Con ăn chay mỗi tuần hai lần, con dâng cho Chúa một phần mười thu nhập của con". Còn người thu thuế thì đứng đàng xa, thậm chí chẳng dám ngước mắt lên trời, nhưng vừa đấm ngực vừa thưa rằng: "Lạy Thiên Chúa, xin thương xót con là kẻ tội lỗi". Tôi nói cho các ông biết: người này, khi trở xuống mà về nhà, thì đã được nên công chính rồi; còn người kia thì không. Vì phàm ai tôn mình lên, sẽ bị hạ xuống; còn ai hạ mình xuống sẽ được tôn lên".

ĂN NĂN HỐI LỖI

"Trong câu chuyện này, Chúa Giê-su đối chiếu hai người đang cầu nguyện. Khi người Pha-ri-sêu cầu nguyện, anh ta đầy tự hào và cho mình là cao quý hơn những kẻ tội lỗi. Khi người thu thuế cầu nguyện, anh ta khiêm nhường trước Thiên Chúa và thú nhận hoàn cảnh tội lỗi của mình. Chúa Giê-su đã nói rằng chính người thu thuế mới được trở nên công chính, làm hài lòng Thiên Chúa khi cầu nguyện."

"Ăn năn có nghĩa là thừa nhận lỗi lầm của mình và tránh phạm lại tội đó. Những ai biết ăn năn đều được tha thứ, trở nên công chính và làm hài lòng Thiên Chúa."

Ăn năn
🖐 Đưa lòng bàn tay ra phía ngoài che chắn mặt, đầu quay đi.

⊕

–Lu-ca 11:9– *Thế nên Thầy bảo anh em: anh em cứ xin thì sẽ được, cứ tìm thì sẽ thấy, cứ gõ cửa thì sẽ mở cho.*

CẦU XIN

"Sau khi được Thiên Chúa hiện diện nơi đây bằng sự ca tụng và sám hối, chúng ta sẵn sàng cầu xin Thiên Chúa những gì chúng ta cần. Đừng bắt đầu cầu nguyện bằng sự đòi hỏi vì đó là vô lễ. Người Cầu Nguyện Của Đức Chúa chỉ dẫn chúng ta bắt đầu bằng việc ca tụng Chúa Cha (Mát-thêu 6:9) rồi hãy cầu xin."

Cầu xin
🖐 Khum tay lại để nhận lấy.

–Lu-ca 22:42– *Cha ơi, nếu Cha muốn, xin tha cho con khỏi uống chén này. Tuy vậy, xin đừng làm theo ý con, mà xin theo ý Cha.*

KHIÊM NHƯỜNG

"Chúa Giê-su chịu đau đớn trong khu vườn Ghết-sê-ma-ni về cái chết trên thập giá của Người. Nhưng Người đã nói "Tuy vậy, xin đừng làm theo ý con, mà xin theo ý Cha". Sau khi cầu xin Thiên Chúa những gì cần, chúng ta lắng nghe Ngài và khiêm nhường trước những gì Ngài yêu cầu chúng ta."

Khiêm nhường – Chúa yêu cầu chúng ta
🖐 Nắm tay lại trong tư thế cầu nguyện và đưa lên trán để tượng trưng cho sự kính trọng.

Cầu Nguyện Cùng Nhau

- Dẫn dắt mọi người trong thời gian cầu nguyện bằng cách áp dụng bốn phần của giai đoạn cầu nguyện qua từng bước.
- Mọi người cầu nguyện thật to trong suốt giai đoạn "Ca tụng" và "Cầu xin". Cầu nguyện trong im lặng trong suốt giai đoạn "Sám hối" và "Khiêm nhường".

"Các bạn sẽ biết khi nào hết thời gian cho giai đoạn đó khi tôi nói: "Và mọi dân Chúa cùng nói... Amen."

- Khuyến khích học viên dùng ký hiệu tay khi cầu nguyện để nhớ rõ hơn phần mà họ đang thực hành.

Thiên Chúa Sẽ Đáp Lời Chúng Ta Như Thế Nào?

–Mát-thêu 20:20-22– Bấy giờ bà mẹ của các con ông Dê-bê-đê đến gặp Đức Giê-su, có các con bà đi theo; bà bái lạy và kêu xin Người một điều. Người hỏi bà: "Bà muốn gì?" Bà thưa: "Xin Thầy truyền cho hai con tôi đây, một người ngồi bên hữu, một người bên tả Thầy trong Nước Thầy". Đức Giê-su bảo: "Các người không biết các người xin gì! Các người có uống nổi chén Thầy sắp uống không?" Họ đáp: "Thưa uống nổi".

TỪ CHỐI

"Bà mẹ của ông Gio-an và ông Gia-cô-bê cầu xin Chúa Giê-su truyền cho hai ông hai chỗ ngồi bên cạnh Người trong Nước Chúa. Sự kiêu hãnh và quyền lực đã thúc đẩy bà. Chúa Giê-su bảo rằng Người không thể nhận lời bà vì chỉ có Chúa Cha mới có quyền thực hiện điều ấy. Thiên Chúa từ chối khi chúng ta có động cơ sai trái."

Từ chối – Chúng ta có động cơ sai trái
 Lắc đầu biểu thị từ chối.

–Gio-an 11:11-15– Nói những lời này xong, Người bảo họ: "La-da-rô, bạn của chúng ta, đang yên giấc; tuy vậy, Thầy đi đánh thức anh ấy đây". Các môn đệ nói với Người: "Thưa Thầy, nếu anh ấy yên giấc được, anh ấy sẽ khỏe lại". Đức Giê-su nói về cái chết của anh La-

da-rô, còn họ tưởng Người nói về giấc ngủ thường. Bấy giờ Người mới nói rõ: "La-da-rô đã chết. Thầy mừng cho anh em, vì Thầy đã không có mặt ở đó, để anh em tin. Thôi, nào chúng ta đến với anh ấy".

CHẬM

"Chúa Giê-su biết rằng ông La-da-rô đã bị bệnh, và Người có thể đến sớm hơn để chữa bệnh cho ông. Tuy nhiên, Người chờ cho đến khi ông La-da-rô mất vì Người muốn thực hiện một điều vĩ đại hơn – Phục Sinh . Chúa Giê-su biết rằng điều ấy sẽ làm vững lòng tin của họ và đem lại vinh quang lớn hơn cho Thiên Chúa nếu ông La-da-rô được sống lại. Đôi khi chúng ta phải chờ vì không phải lúc.

Chậm – Chúng ta cần chờ đợi đến thời điểm của Chúa, không phải của chúng ta

 Tay đẩy xuống như trì đang hoãn một chiếc xe hơi.

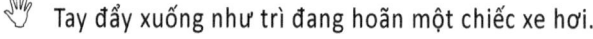

–Lu-ca 9:51-56– Khi đã tới ngày Đức Giê-su được rước lên trời, Người nhất quyết đi lên Giê-ru-sa-lem. Người sai mấy sứ giả đi trước. Họ lên đường và vào một làng người Sa-ma-ri để chuẩn bị cho Người đến. Nhưng dân làng không đón tiếp Người, vì Người đang đi về hướng Giê-ru-sa-lem. Thấy thế, hai môn đệ Người là ông Gia-cô-bê và ông Gio-an nói rằng: "Thưa Thầy, Thầy có muốn chúng con khiến lửa từ trời xuống thiêu huỷ chúng nó không?" Nhưng Đức Giê-su quay lại quở mắng các ông. Rồi Thầy trò đi sang làng khác.

TRƯỞNG THÀNH

"Khi làng Sa-ma-ri không đón tiếp Chúa Giê-su, hai ông Gia-cô-bê và Gio-an muốn Người phá hủy cả làng bằng lửa từ trời xuống. Các tông đồ không hiểu sứ mạng của Chúa Giê-su: Người đến để cứu chuộc nhân loại, chứ không phải tổn hại họ. Các tông đồ cần phải trưởng thành hơn. Tương tự, khi chúng ta cầu xin Thiên Chúa những điều không thật sự cần thiết, hoặc có thể khiến chúng ta gặp rắc rối, hay không phù hợp với ý muốn của Ngài cho cuộc sống của chúng ta, Ngài sẽ không ban cho. Thiên Chúa nói rằng chúng ta cần trưởng thành hơn.

> Trưởng thành – Thiên Chúa muốn chúng ta trước tiên phải trở nên chín chắn trong phạm vi nào đó.
> Tay chuyển động như cây đang lớn lên.

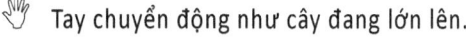

–Gio-an 15:7– Nếu anh em ở lại trong Thầy và lời Thầy ở lại trong anh em, thì muốn gì, anh em cứ xin, anh em sẽ được như ý.

RA ĐI

"Khi chúng ta theo Chúa Giê-su và sống bằng Lời của Người, chúng ta có thể cầu xin Thiên Chúa những gì ta cần và tin rằng Ngài sẽ ban cho. Chúa nói: "Con sẽ có! Hãy ra đi!"

> Ra đi – Chúng ta cầu nguyện theo ý Chúa và Ngài sẽ đồng ý.
> Gật đầu (biểu thị cho "đồng ý") và vẫy tay ra trước (biểu thị "ra đi").

Câu Kinh Thánh Ghi Nhớ

—Lu-ca 11:9— Thế nên Thầy bảo anh em: anh em cứ xin thì sẽ được, cứ tìm thì sẽ thấy, cứ gõ cửa thì sẽ mở cho.

- Mọi người cùng đứng lên và đọc câu Kinh Thánh ghi nhớ mười lần. Sáu lần đầu tiên, học viên tra Kinh Thánh hay sách hướng dẫn. Bốn lần sau, học viên tự đọc bằng trí nhớ của mình. Học viên nên nên đọc vị trí trước rồi mới đến nội dung của câu Kinh Thánh ghi nhớ, và ngồi xuống khi hoàn thành.
- Thực hiện theo quy trình này sẽ giúp đào tạo viên biết được ai đã thực hiện xong bài học trong giai đoạn "Thực hành".

Thực Hành

- Đề nghị học viên ngồi đối diện người cộng sự ở giai đoạn cầu nguyện. Học viên lần lượt giảng cho nhau về bài học.

  "Người có chiều cao khiêm tốn hơn trong từng cặp sẽ là người lãnh đạo."

- Áp dụng *Quy Trình Đào Tạo Đào Tạo Viên* ở trang 22.
- Nhấn mạnh rằng bạn muốn họ giảng dạy tất cả trong giai đoạn "Học tập" theo cách bạn đã làm.

  Đưa ra những câu hỏi, cùng đọc Kinh Thánh, và trả lời giống như cách tôi đã thực hiện với các bạn.

- Sau khi mọi người hoàn tất việc giảng dạy, bạn đề nghị họ đổi cộng sự và lập lại việc dạy lần lượt mỗi người. Khi hoàn thành, hãy đề nghị học viên nghĩ ra người mà họ sẽ chia sẻ bài học này khi kết thúc khóa học.

"Hãy bỏ vài phút để nghĩ về người mà bạn sẽ chia sẻ bài học ngày hôm nay sau khi kết thúc khóa học. Viết tên người đó vào góc trên trang đầu tiên của bài học hôm nay."

Kết Thúc

Số Điện Thoại Của Thiên Chúa ✎

"Các bạn có biết số điện thoại của Thiên Chúa không? Là 3-3-3."

–Sách Tiên Tri Giê-rê-mi-a 33:3– Hãy kêu cầu Ta, Ta sẽ trả lời ngươi và sẽ tỏ cho ngươi biết những điều lớn lao và bí ẩn mà ngươi không biết.

"Hãy chắc chắn rằng bạn sẽ gọi cho Ngài mỗi ngày. Ngài đang chờ để lắng nghe chúng ta. Thiên Chúa rất thích nói chuyện với con cái Ngài."

Hai Bàn Tay – Mười Ngón Tay ✎

- Giữ chặt hai tay.

"Có 2 loại người chúng ta nên cầu nguyện cho họ mỗi ngày: các tín hữu và những người chưa tin."

"Chúng ta cầu nguyện cho các tín hữu rằng họ sẽ đi theo Chúa Giê-su và đào tạo những người khác thực hiện như vậy. Chúng ta cầu nguyện cho những người chưa tin rằng một ngày nào đó họ sẽ trở về với Chúa."

- Khuyến khích học viên lựa chọn năm người chưa tin vào Thiên Chúa và cầu nguyện cho họ trở nên những môn đệ của Chúa Giê-su.
- Ngoài ra, học viên nên đi rao giảng cho những tín hữu biết những ai họ có thể đào tạo để đi theo Chúa Giê-su. Hãy cầu nguyện cho họ để họ theo Người bằng cả trái tim.

5

Vâng Lời

Vâng lời mô tả Chúa Giê-su là một Người Tôi Tớ: những người tôi tớ giúp đỡ con người; họ có một trái tim khiêm nhường và vâng theo chủ nhân. Giờ đây chúng ta sẽ đi theo và phục vụ Chúa Giê-su như Người đã đi theo và phục vụ Chúa Cha. Là Đấng Toàn Quyền, Người đã ban ra bốn mệnh lệnh cho chúng ta: ra đi, đào tạo môn đệ, làm phép rửa và dạy họ vâng theo lời Người. Chúa Giê-su đã hứa sẽ luôn ở cùng chúng ta. Khi Người ban ra một mệnh lệnh, chúng ta nên vâng theo ngay lập tức, mãi mãi và bằng cả tấm lòng.

Ai cũng đều gặp phải sóng gió trong đời, nhưng một người thông minh sẽ xây dựng đời mình bằng việc vâng theo Chúa Giê-su; còn người ngu ngốc thì không. Cuối chương, học viên sẽ làm quen với Bản Đồ Chương 29 Sách Công Vụ Tông Đồ, một bức tranh mô tả "cánh đồng mùa gặt" của họ, để thuyết trình khi kết thúc Hội Thảo Môn Đệ này.

Ca Tụng

- Nhờ ai đó cầu nguyện cho sự hiện diện và phước lành của Thiên Chúa.
- Cùng hát hai bài thánh ca hoặc điệp khúc.

Cầu Nguyện

- Chia học viên thành từng cặp với người chưa từng là cộng sự của họ trước đó.
- Mỗi học viên trả lời cho cộng sự của mình câu hỏi sau:
    1. Chúng ta cầu nguyện thế nào cho những người hư mất mà bạn biết để họ được cứu rỗi?
    2. Chúng ta cầu nguyện thế nào cho nhóm mà bạn đang đào tạo?
- Nếu một học viên nào đó vẫn chưa có nhóm tín hữu để đào tạo, hãy cầu nguyện cho những người tiềm năng quanh họ.
- Mọi người cầu nguyện cùng nhau.

Học Tập

Cùng Nhảy Điệu Funky Chicken! ଔ

"Hôm nay tôi sẽ làm một điều và hy vọng rằng các bạn sẽ không bao giờ quên. Giờ hãy quây lại thành vòng tròn và nhìn về phía tôi. Tôi muốn các bạn hãy thực hiện theo những gì tôi làm."

- Lần đầu, hãy thực hiện một ký hiệu tay đơn giản. Ví dụ như ngáp, vỗ nhẹ vào má, cọ sát khuỷu tay,.v.v.. Thực hiện chậm và đơn giản để mọi người có thể dễ dàng làm theo.

"Mọi người thấy có dễ để bắt chước không? Tại sao?

"Những động tác này dễ vì tôi đã thực hiện mọi thứ một cách đơn giản. Giờ tôi muốn các bạn bắt chước thêm một lần nữa. Hãy nhớ là thực hiện giống chính xác như của tôi."

- Lần thứ hai, bạn hãy thực hiện các động tác phối hợp giữa điệu nhảy Funky Chicken, điệu nhảy fox trot và phong cách nhảy disco của John Travolta.
- Hãy tự đặt ra điệu nhảy phức tạp, rối loạn của riêng bạn khiến không ai có thể làm theo. Sẽ có một vài người cố gắng bắt chước bạn, nhưng phần lớn chỉ cười và nói rằng họ không thể làm theo.

"Lần này có dễ để bắt chước tôi không? Tại sao?

"Chúng tôi đang giảng dạy cho các bạn những bài học dễ dàng để nhân rộng nhằm giúp cho các bạn có thể giảng dạy cho người khác để họ tiếp tục sứ vụ rao giảng. Gặp một bài học quá phức tạp, người ta không thể sẻ chia cho nhau. Khi bạn học theo cách Chúa Giê-su dạy, bạn sẽ phát hiện ra rằng Người rao giảng những bài học đơn giản mà người ta có thể dễ dàng nhớ và kể cho người khác. Chúng ta hãy làm theo phương pháp của Chúa Giê-su khi rao giảng cho người khác."

Ôn Tập

Các giai đoạn ôn tập đều giống nhau. Đề nghị học viên đứng lên và thuật lại bài học trước. Đảm bảo rằng họ cũng thực hiện các ký hiệu tay.

Tám hình ảnh giúp ta noi gương Chúa Giê-su là gì?
Người Lính, Người Tìm Kiếm, Mục Tử, Người Gieo Hạt, Người Con, Đấng Thánh, Người Tôi Tớ, Người Quản Lý.

Sinh sôi nảy nở
*Ba điều một người quản lý làm?
Mệnh lệnh đầu tiên cho loài người của Thiên Chúa là gì?
Mệnh lệnh cuối cùng cho loài người của Chúa Giê-su?
Làm sao để ta sinh sôi nảy nở?
Tên hai vùng biển nằm ở Ít-ra-en?
Tại sao chúng lại khác nhau thế?
Bạn muốn trở nên như vùng biển nào?*

Tình yêu
*Ba điều một mục tử làm?
Mệnh lệnh ra đi rao giảng quan trọng nhất là gì?
Tình yêu đến từ đâu?
Thờ Phượng Đơn Giản là gì?
Tại sao chúng ta thực hiện Thờ Phượng Đơn Giản?
Cần bao nhiêu người để thực hiện Thờ Phượng Đơn Giản?*

Cầu nguyện
*Ba điều một vị thánh làm?
Chúng ta nên cầu nguyện thế nào?
Thiên Chúa sẽ đáp lời chúng ta như thế nào?
Số điện thoại của Thiên Chúa là gì?*

Chúa Giê-su Là Ai?

—Mác-cô 10:45— Vì Con Người đến không phải để được người ta phục vụ, nhưng là để phục vụ, và hiến dâng mạng sống làm giá chuộc muôn người.

"Chúa Giê-su là Người Tôi Tớ. Chén đắng của Chúa Giê-su là hiến dâng sinh mạng của Người cho loài người vì vâng theo Thánh Ý Chúa Cha."

Người tôi tớ
🖐 Vung một cây búa

Ba Điều Một Người Tôi Tớ làm?

—Thư gửi tín hữu Phi-líp-phê 2:5-8— Giữa anh em với nhau, anh em hãy có những tâm tình như chính Đức Ki-tô Giê-su. Đức Giê-su Ki-tô vốn dĩ là Thiên Chúa mà không nghĩ phải nhất quyết duy trì địa vị ngang hàng với Thiên Chúa, nhưng đã hoàn toàn trút bỏ vinh quang mặc lấy thân nô lệ, trở nên giống phàm nhân sống như người trần thế. Người lại còn hạ mình, vâng lời cho đến nỗi bằng lòng chịu chết, chết trên cây thập tự.

1. Người tôi tớ giúp đỡ mọi người.

    "Chúa Giê-su chết trên cây thập tự để giúp chúng ta được trở về nhà Chúa."

2. Người tôi tớ có một trái tim khiêm nhường.
3. Người tôi tớ vâng lời chủ nhân.

    "Chúa Giê-su vâng lời Chúa Cha. Chúng ta phải vâng theo chủ nhân của chúng ta."

"Chúa Giê-su cứu chuộc tội lỗi của chúng ta bằng cách chết trên thập tự. Người khiêm nhường và luôn vâng theo lời Cha Người. Chúa Giê-su là tôi tớ và sống giữa chúng ta. Theo Người, chúng ta cũng sẽ trở nên tôi tớ. Chúng ta giúp đỡ mọi người, khiêm nhường và vâng theo lời chủ nhân của mình – Chúa Giê-su."

Ai Có Quyền Lực Tối Thượng Trên Thế Giới?

–Mát-thêu 28:18– Đức Giê-su đến gần, nói với các ông: "Thầy đã được trao toàn quyền trên trời dưới đất."

"Chúa Giê-su đã được trao toàn quyền trên trời dưới đất. Người có quyền lực lớn hơn cha mẹ, thầy cô, và chính phủ của chúng ta. Thật vậy, Người có quyền lực lớn hơn tất cả mọi người trên thế giới hợp lại. Vì thế, khi Chúa Giê-su ra lệnh cho chúng ta, chúng ta phải vâng theo Người hơn bất cứ ai."

Bốn Mệnh Lệnh Mà Chúa Giê-su Đã Ban Cho Mỗi Tín Hữu?

–Mát-thêu 28:19-20a– Vậy anh em hãy đi và làm cho muôn dân trở thành môn đệ, làm phép rửa cho họ nhân danh Chúa Cha, Chúa Con và Chúa Thánh Thần, dạy bảo họ tuân giữ những điều Thầy đã truyền cho anh em.

RA ĐI

✋ Đưa các ngón tay hướng về trước tượng trưng cho "Đi."

KÊU GỌI MÔN ĐỆ

✋ Dùng bốn ký hiệu tay từ Thờ Phượng Đơn Giản: ca tụng, cầu nguyện, học tập, thực hành.

LÀM PHÉP RỬA

✋ Đặt tay này của bạn lên khuỷu tay kia, di chuyển khuỷu tay lên xuống như thể ai đó đang được rửa tội.

DẠY HỌ VÂNG THEO LỜI CHÚA GIÊ-SU

✋ Chụm tay lại như thể bạn đang đọc sách, rồi di chuyển "cuốn sách" từ sau ra trước, từ trái sang phải như là bạn đang dạy cho người khác.

Chúng Ta Nên Vâng Theo Chúa Giê-su Thế Nào?

"Tôi muốn chia sẻ với các bạn ba câu chuyện mô tả các kiểu vâng lời mà Thiên Chúa yêu cầu chúng ta. Xin hãy lắng nghe thật kĩ để bạn có thể kể lại khi bạn giảng dạy bài học này cho cộng sự của bạn trong vài phút nữa."

MỌI LÚC

"Một người con trai nói với bố cậu ta rằng cậu sẽ vâng lời ông cả năm chỉ trừ một tháng. Trong suốt tháng đó, cậu ta được phép làm bất cứ điều gì cậu ta thích (uống rượu, không đi học,.v.v..). Các bạn nghĩ người cha sẽ nói gì?

"Người con khác nói với bố anh ta: "Con sẽ vâng lời bố cả năm chỉ trừ một tuần, tuần đó con sẽ làm bất cứ điều gì con thèm." (Dùng ma túy, bỏ nhà lang thang,.v.v..). Các bạn nghĩ người cha sẽ nói gì?

"Một người con trai khác lại nói: "Con sẽ vâng lời bố cả năm chỉ trừ một ngày. Ngày đó con sẽ làm bất cứ điều gì con muốn (kết hôn, giết người,.v.v..).Các bạn nghĩ người cha sẽ nói gì?

"Chúng ta mong muốn con cái mình luôn vâng lời mọi lúc. Chúa Giê-su cũng vậy, khi Người ra lệnh cho chúng ta, người mong muốn chúng ta luôn vâng lời Người."

> Mọi lúc
> Đưa tay phải từ trái sang phải.

NGAY LẬP TỨC

"Có một cô bé yêu mẹ mình rất nhiều. Mẹ cô ta bị bệnh nặng và sắp mất. Người mẹ nhờ cô bé: "Lấy cho mẹ một ly nước." Cô bé đáp: "Dạ, con sẽ lấy cho mẹ vào...(ngưng một chút) tuần sau. Các bạn nghĩ người mẹ sẽ nói gì?

"Chúng ta mong muốn con cái mình vâng lời ngay lập tức, bất chấp tụi nhỏ có muốn hay không. Chúa Giê-su cũng vậy, Người muốn chúng ta vâng theo Người ngay, chứ không phải lúc nào đó trong tương lai."

> Ngay lập tức
> Di chuyển tay từ trên xuống dưới theo một chuyển động cắt.

TÌNH YÊU TỪ TẬN TRÁI TIM

"Có một chàng trai muốn kết hôn. Tôi nói với anh ta rằng tôi sẽ chế tạo một người máy vâng theo mọi mệnh lệnh của anh ta. Khi anh ta đi làm về, người máy sẽ nói: "Em yêu anh rất nhiều; anh quả thật là một người làm việc siêng năng." Dù anh ta yêu cầu người vợ máy làm bất cứ điều gì, cô ấy cũng sẽ nói: "Vâng, anh yêu. Anh là người đàn ông tuyệt vời nhất trên thế giới." Các bạn nghĩ anh ta đã nghĩ gì về một người vợ như vậy?

"Chúng ta luôn mong muốn một tình yêu xuất phát từ tận trái tim, chứ không phải là một người máy đã được lập trình sẵn. Chúng ta luôn mong muốn một tình yêu đích thực. Chúa cũng thế, Chúa muốn chúng ta vâng lời bằng cả tấm lòng."

> **Tình yêu từ tận trái tim**
> 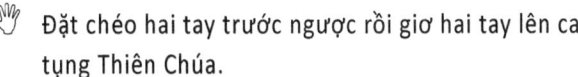 Đặt chéo hai tay trước ngược rồi giơ hai tay lên ca tụng Thiên Chúa.

- Ôn lại ba ký hiệu tay nhiều lần:

"Chúa Giê-su muốn chúng ta vâng lời Người: mọi lúc, ngay lập tức, với tình yêu xuất phát từ tận trái tim."

"Chúa Giê-su đã ban bốn mệnh lệnh cho mỗi tín hữu. Chúng ta nên vâng theo thế nào?"

NGƯỜI RA LỆNH CHÚNG TA PHẢI RA ĐI

✋ Đưa các ngón tay hướng về trước tượng trưng cho "Đi."

CHÚNG TA VÂNG THEO THẾ NÀO?

"Mọi lúc, ngay lập tức, với tình yêu xuất phát từ tận trái tim."

NGƯỜI RA LỆNH CHÚNG TA PHẢI KÊU GỌI MÔN ĐỆ.

✋ Dùng bốn ký hiệu tay từ Thờ Phượng Đơn Giản: ca tụng, cầu nguyện, học tập, thực hành.

CHÚNG TA VÂNG THEO THẾ NÀO?

"Mọi lúc, ngay lập tức, với tình yêu xuất phát từ tận trái tim."

NGƯỜI RA LỆNH CHÚNG TA PHẢI LÀM PHÉP RỬA.

✋ Đặt tay này của bạn lên khuỷu tay kia, di chuyển khuỷu tay lên xuống như thể ai đó đang được rửa tội.

CHÚNG TA VÂNG THEO THẾ NÀO?

"Mọi lúc, ngay lập tức, với tình yêu xuất phát từ tận trái tim."

NGƯỜI RA LỆNH CHÚNG TA PHẢI DẠY HỌ VÂNG THEO LỜI NGƯỜI.

🖐 Chụm tay lại như thể bạn đang đọc sách, rồi di chuyển "cuốn sách" từ sau ra trước, từ trái sang phải như là bạn đang dạy cho người khác.

CHÚNG TA VÂNG THEO THẾ NÀO?

"Mọi lúc, ngay lập tức, với tình yêu xuất phát từ tận trái tim."

Chúa Giê-su Đã Hứa Gì Với Các Tín Hữu?

–Mát-thêu 28:20b– Và đây, Thầy ở cùng anh em mọi ngày cho đến tận thế.

"Chúa Giê-su luôn ở cùng chúng ta. Và ngay lúc này đây, Người đang ở giữa chúng ta.

Câu Kinh Thánh Ghi Nhớ

–Gio-an 15:10– Nếu anh em giữ các điều răn của Thầy, anh em sẽ ở lại trong tình thương của Thầy, như Thầy đã giữ các điều răn của Cha Thầy và ở lại trong tình thương của Người.

- Mọi người cùng đứng lên và đọc câu Kinh Thánh ghi nhớ mười lần. Sáu lần đầu tiên, học viên tra Kinh Thánh hay sách hướng dẫn. Bốn lần sau, học viên tự đọc bằng trí nhớ của mình. Học viên nên nên đọc vị trí trước rồi mới đến nội dung của câu Kinh Thánh ghi nhớ, và ngồi xuống khi hoàn thành.

- Thực hiện theo quy trình này sẽ giúp đào tạo viên biết được ai đã thực hiện xong bài học trong giai đoạn "Thực hành".

Thực Hành

- Đề nghị học viên ngồi đối diện người cộng sự ở giai đoạn cầu nguyện. Học viên lần lượt giảng cho nhau về bài học.

"Người cao nhất trong từng cặp sẽ là người lãnh đạo."

- Áp dụng *Quy Trình Đào Tạo Đào Tạo Viên* ở trang 22.
- Nhấn mạnh rằng bạn muốn họ giảng dạy tất cả trong giai đoạn "Học tập" theo cách bạn đã làm.

Đưa ra những câu hỏi, cùng đọc Kinh Thánh, và trả lời giống như cách tôi đã thực hiện với các bạn.

- Sau khi mọi người hoàn tất việc giảng dạy, bạn đề nghị họ đổi cộng sự và lập lại việc dạy lần lượt mỗi người. Khi hoàn thành, hãy để nghị học viên nghĩ ra người mà họ sẽ chia sẻ bài học này khi kết thúc khóa học.

"Hãy bỏ vài phút để nghĩ về người mà bạn sẽ chia sẻ bài học ngày hôm nay sau khi kết thúc khóa học. Viết tên người đó vào góc trên trang đầu tiên của bài học hôm nay."

Kết Thúc

Xây Dựng Trên Một Nền Tảng Vững Chắc Thực Sự ⌘

- Nhờ ba người tình nguyện cho trò chơi sinh hoạt này: hai người thực hiện trò chơi và một người kể chuyện. Để hai người tình nguyện đứng trước mặt bạn và người kể chuyện đứng phía ngoài. Hai người thực hiện nên là đàn ông.
- Nhờ người kể chuyện đọc Tin Mừng theo Thánh Mát-thêu chương 7, câu 24-25.

"Người khôn ngoan xây nhà mình trên đá."

> –Mát-thêu 7:24,25– Vậy ai nghe những lời Thầy nói đây mà đem ra thực hành, thì ví được như người khôn xây nhà trên đá. Dù mưa sa, nước cuốn, hay bão táp ập vào, nhà ấy cũng không sụp đổ, vì đã xây trên nền đá.

- Sau khi người kể chuyện đọc xong, hãy giải thích những gì đã xảy ra với người khôn ngoan, tạo âm thanh nghe như tiếng gió trong khi rót nước lên đầu người tình nguyện đầu tiên.
- Giấu chai nước gần đó trước khi khi bắt đầu trò chơi.
- Nhờ người kể chuyện đọc Tin Mừng theo Thánh Mát-thêu chương 7, câu26-27.

"Người ngu dại xây nhà mình trên cát."

> –Mát-thêu 7:26-27– Còn ai nghe những lời Thầy nói đây, mà chẳng đem ra thực hành, thì ví được như người ngu dại xây nhà trên cát. Gặp mưa sa, nước cuốn hay bão táp ập vào, nhà ấy sẽ sụp đổ, sụp đổ tan tành.

- Sau khi người kể chuyện đọc xong, hãy giải thích những gì đã xảy ra với người ngu dại, tạo âm thanh nghe như tiếng gió trong khi rót nước lên đầu người tình nguyện thứ hai. Bạn hãy nói : "Và nhà ấy sẽ sụp đổ, sụp đổ tan tành." và người tình nguyện thứ hai ngã xuống.

"Khi vâng theo Chúa Giê-su, chúng ta giống như người khôn ngoan. Nếu không, chúng ra sẽ trở nên như kẻ ngu dại. Chúng ta luôn muốn đảm bảo rằng những ai được chúng ta giảng dạy phó thác cuộc đời họ để vâng theo mệnh lệnh của Chúa Giê-su. Lời của Người là một nền tảng vững chắc để đương đầu với những khó khăn của cuộc sống.

Bản Đồ Chương 29 Sách Công Vụ Tông Đồ - Phần 1 ଓଃ

- Sau khi kết thúc trò chơi, đưa cho mỗi học viên một mảnh của tờ áp – phích, bút, bút chì, bút chì màu, phấn màu,.v.v..
- Trình bày với mọi người rằng họ sẽ vẽ một bản đồ về nơi mà Thiên Chúa đã gọi anh/cô ta đến. Trong suốt khóa học, sẽ có nhiều lần họ có thể làm việc trên bản đồ của họ. Họ cũng có thể làm việc trên bản đồ vào buổi tối. Bản đồ này đại diện cho sự vâng lời của họ với mệnh lệnh ra đi khắp thế giới của Chúa Giê-su.
- Đề nghị học viên vẽ một bản đồ về nơi mà Thiên Chúa đã gọi họ đến. Bản đồ nên có đường sá, sông ngòi, núi non, ranh giới,.v.v.. Nếu học viên không biết nơi Thiên Chúa gọi họ đến, khuyến khích họ vẽ một bản đồ nơi họ sống và làm việc cũng như nơi mà những người quan trọng của họ sống. Đây chính là một khởi đầu xuất sắc.

Những Ký Hiệu Bản Đồ Có Thể Dùng

Nhà
Bệnh viện/ Phòng khám
Chùa
Nhà thờ
Nhà thờ riêng
Doanh trại quân đội
Nhà thờ Hồi giáo
Trường học
Chợ

Học viên có khuynh hướng vẽ bản đồ tốt hơn khi họ:

- Vẽ bản nháp và sau đó sao chép nó lại sang một tờ giấy khác sạch sẽ hơn.
- Tìm kiếm ý tưởng bằng cách đi xung quanh phòng và quan sát những gì người khác làm trên bản đồ của họ.
- Biết rằng họ sẽ thuyết trình bản đồ của họ cho nhóm vào cuối khóa học.
- Dùng phấn màu hay bút chì màu tô cho bản đồ đẹp hơn.

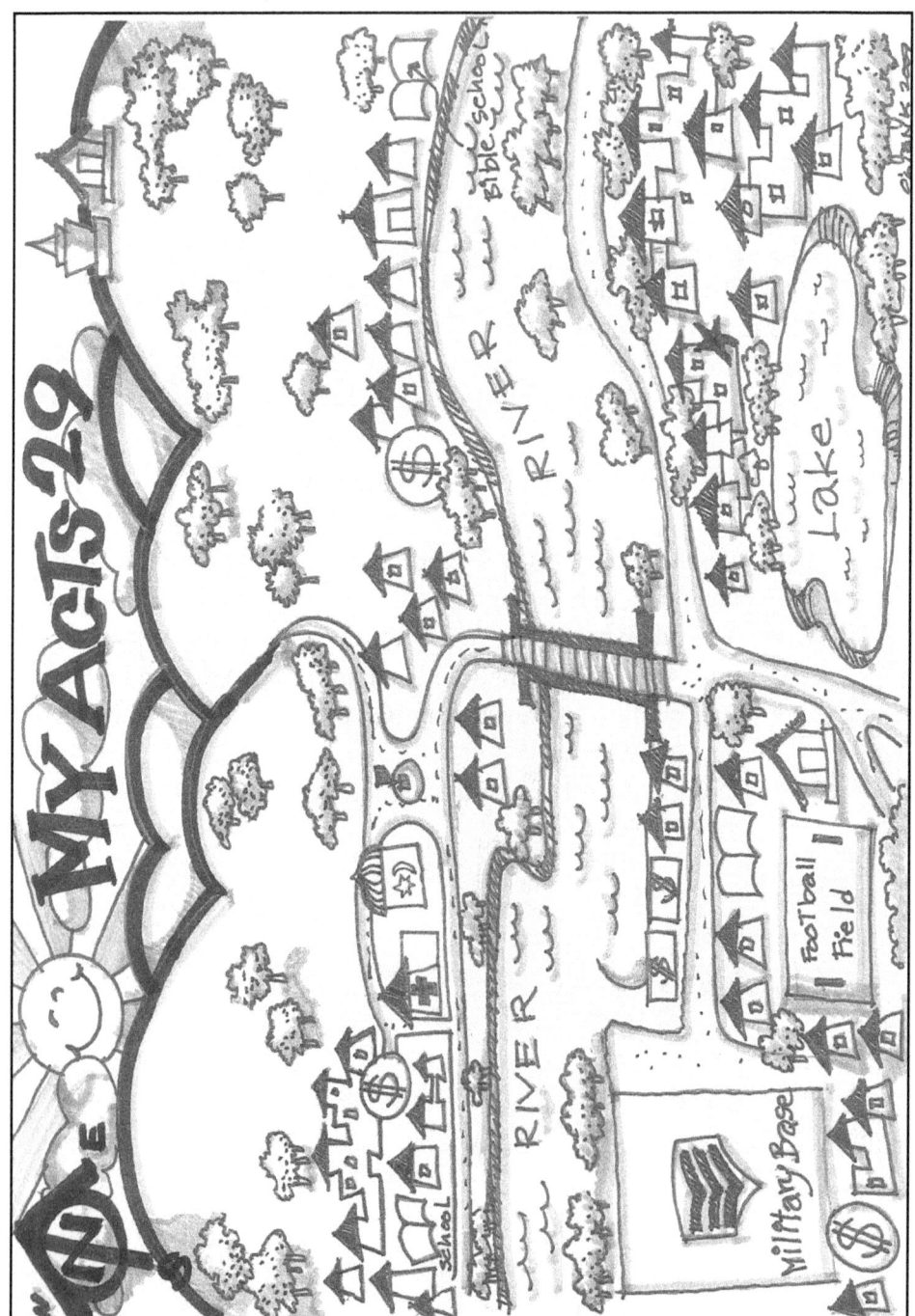

6

Bước Đi

Bước đi mô tả Chúa là một Người Con: người con tôn vinh người cha, mong ước đoàn tụ, và cầu mong sự thành công cho gia đình. Chúa Cha gọi Chúa Giê-su là " yêu dấu" và Chúa Thánh Thần ngự xuống trên Chúa Giê-su tại lễ rửa của Người. Sứ Vụ của Chúa Giê-su đã thành công vì Người trông cậy vào quyền năng của Chúa Thánh Thần.

Cũng vậy, chúng ta phải trông cậy vào quyền năng của Chúa Thánh Thần trong cuộc đời mình. Chúng ta có bốn mệnh lệnh để vâng theo và phải dựa vào Chúa Thánh Thần: Bước đi cùng Thần Khí, đầy tràn Thần Khí, đừng dập tắt Thần Khí. Chúa Giê-su ở cùng chúng ta hôm nay và muốn giúp đỡ chúng ta như xưa Người đã giúp con người trên những con đường của Ga-li-lê. Chúng ta có thể kêu cầu đến Chúa Giê-su nếu chúng ta cần được chữa lành khỏi những chướng ngại vật trên con đường theo Người.

CA TỤNG

- Nhờ ai đó cầu nguyện cho sự hiện diện và phước lành của Thiên Chúa.
- Cùng hát hai bài thánh ca hoặc điệp khúc.

CẦU NGUYỆN

- Chia học viên thành từng cặp với người chưa từng là cộng sự của họ trước đó.
- Mỗi học viên trả lời cho cộng sự của mình câu hỏi sau:

  1. Chúng ta cầu nguyện thế nào cho những người hư mất mà bạn biết để họ được cứu rỗi?
  2. Chúng ta cầu nguyện thế nào cho nhóm mà bạn đang đào tạo?

- Nếu một học viên nào đó vẫn chưa có nhóm tín hữu để đào tạo, hãy cầu nguyện cho những người tiềm năng quanh họ.
- Mọi người cầu nguyện cùng nhau.

HỌC TẬP

Hết Xăng ⊗

"Bạn sẽ nghĩ gì nếu tôi lái xe mô-tô đi khắp nơi và không bao giờ đổ xăng?"

- Nhờ một người tình nguyện, anh/cô ta sẽ là chiếc xe mô tô của bạn. Bạn lái mô tô đi làm việc, đến trường, đi chợ và thăm bạn bè. Ở nhà bạn bè, họ yêu cầu cùng lái mô tô với bạn. Bạn chở họ đi. Hãy mô tả sự mệt mỏi lớn như thế nào.

"Tất nhiên là sẽ tốt hơn nếu bạn đổ xăng cho xe và bạn có thể thực hiện những điều trên dễ dàng hơn."

- Xoay chìa khóa và khởi động "mô tô" của bạn. Hãy kèm theo tiếng máy nổ.
- Bạn có thể dừng xe và "sửa chữa" nhiều lần nếu xe không phát tiếng nổ máy. Hãy thực hiện mọi thứ bạn đã làm trước đó, nhưng giờ đây mọi thứ trở nên vô ích vì bạn không phải lái xe. Khi bạn của bạn yêu cầu được lái, hãy để họ lên xe và nói: "Không sao đâu, giờ đây tôi có nhiều năng lượng lắm."

"Chiếc xe mô tô giống như đời sống tâm linh của chúng ta. Nhiều người "đẩy" đời sống tâm linh của họ đi khắp nơi dựa vào sức mạnh từ chính họ. Kết quả là con đường Ki-tô của họ trở nên khó khăn và muốn bỏ cuộc. Những người khác thì khám phá ra quyền năng của Chúa Thánh Thần trong đời họ. Ngài giống như xăng trong xe mô tô. Ngài ban cho ta sức mạnh ta cần để thực hiện những mệnh lệnh của Chúa Giê-su."

Ôn Tập

Các giai đoạn ôn tập đều giống nhau. Đề nghị học viên đứng lên và thuật lại bài học trước. Đảm bảo rằng họ cũng thực hiện các ký hiệu tay.

Tám hình ảnh giúp ta noi gương Chúa Giê-su là gì?
Người Lính, Người Tìm Kiếm, Mục Tử, Người Gieo Hạt, Người Con, Đấng Thánh, Người Tôi Tớ, Người Quản Lý.

Sinh sôi nảy nở

Ba điều một người quản lý làm?
Mệnh lệnh đầu tiên cho loài người của Thiên Chúa là gì?
Mệnh lệnh cuối cùng cho loài người của Chúa Giê-su?
Làm sao để ta sinh sôi nảy nở?
Tên hai vùng biển nằm ở Ít-ra-en?
Tại sao chúng lại khác nhau thế?
Bạn muốn trở nên như vùng biển nào?

Tình yêu

Ba điều một mục tử làm?
Mệnh lệnh ra đi rao giảng quan trọng nhất là gì?
Tình yêu đến từ đâu?
Thờ Phượng Đơn Giản là gì?
Tại sao chúng ta thực hiện Thờ Phượng Đơn Giản?
Cần bao nhiêu người để thực hiện Thờ Phượng Đơn Giản?

Cầu nguyện

Ba điều một vị thánh làm?
Chúng ta nên cầu nguyện thế nào?
Thiên Chúa sẽ đáp lời chúng ta như thế nào?
Số điện thoại của Thiên Chúa là gì?

Vâng lời

Ba điều một người tôi tớ làm?
Ai có quyền lực tối thượng?
Bốn mệnh lệnh mà Chúa Giê-su đã ban cho mỗi tín hữu?
Chúng ta nên vâng theo chúa giê-su thế nào?
Chúa Giê-su đã hứa gì với chúng ta?

Chúa Giê-su Là Ai?

—Mát-thêu 3:16-17— Khi Đức Giê-su chịu phép rửa xong, vừa ở dưới nước lên, thì kìa các tầng trời mở ra. Người thấy Thần Khí Thiên Chúa đáp xuống như chim bồ câu và ngự trên Người. Và kìa có tiếng từ trời phán rằng: "Đây là Con yêu dấu của Ta, Ta hài lòng về Người!"

"Chúa Giê-su là Người Con. "Con Của Người" chính là danh xưng ưa thích của Chúa Giê-su. Người chính là người đầu tiên gọi Thiên Chúa vĩnh hằng là "Cha". Nhờ vào sự Phục sinh của Chúa Giê-su, giờ đây chúng ta cũng có thể trở nên một phần của gia đình Thiên Chúa."

Con Trai/ Con Gái
Di chuyển tay hướng về miệng như thế bạn đang ăn. Những người con ăn rất nhiều!

Ba Điều Một Người Con Làm?

—Gio-an 17:4,18-21— (Chúa Giê-su nói...) Phần con, con đã tôn vinh Cha ở dưới đất, khi hoàn tất công trình Cha đã giao cho con làm. Như Cha đã sai con đến thế gian, thì con cũng sai họ đến thế gian. Con xin thánh hiến chính mình con cho họ, để nhờ sự thật, họ cũng được thánh hiến. Con không chỉ cầu nguyện cho những người này, nhưng còn cho những ai nhờ lời họ mà tin vào con, để tất cả nên một, như, lạy Cha, Cha ở trong con và con ở trong Cha để họ cũng ở trong chúng ta. Như vậy, thế gian sẽ tin rằng Cha đã sai con.

1. Người con tôn vinh người cha.

   Chúa Giê-su tôn vinh Chúa Cha khi Người còn ở thế gian.

2. Người con mong ước đoàn tụ gia đình.

   Chúa Giê-su mong những ai theo Người trở nên một như Người và Cha Người.

3. Người con cầu mong sự thành công cho gia đình.

   Như xưa Thiên Chúa sai Chúa Giê-su đến để thành công, giờ đây Chúa Giê-su cũng sai chúng ta đi để thành công.

"Chúa Giê-su là người con và Người sống cùng chúng ta. Theo Người, chúng ta cũng sẽ trở nên những người con. Chúng ta sẽ tôn vinh Cha trên trời, mong ước đoàn tụ gia đình Thiên Chúa, và thi hành sứ vụ nhằm hướng đến sự thành công của Nước Chúa.

Vì Sao Sứ Vụ Của Chúa Giê-su Thành Công?

–Lu-ca 4:14– Được quyền năng Thần Khí thúc đẩy, Đức Giê-su trở về miền Ga-li-lê, và tiếng tăm Người đồn ra khắp vùng lân cận.

"Chúa Thánh Thần ban cho Chúa Giê-su quyền năng để thành công. Chúa Giê-su thi hành sứ vụ trong quyền năng của Thần Khí, chứ không chỉ bằng sức của Người. Khi theo Chúa Giê-su, chúng ta noi theo phương pháp Người đã làm. Chúa Giê-su trông cậy vào Thần Khí không ngừng nghỉ. Vì thế, chúng ta càng phải nên trông cậy vào Ngài!"

Chúa Giê-su Đã Hứa Với Các Tín Hữu Điều Gì Về Chúa Thánh Thần Trước Khi Chết Trên Thập Tự?

—Gio-an 14:16-18— Thầy sẽ xin Chúa Cha và Người sẽ ban cho anh em một Đấng Bảo Trợ khác đến ở với anh em luôn mãi. Đó là Thần Khí sự thật, Đấng mà thế gian không thể đón nhận, vì thế gian không thấy và cũng chẳng biết Người. Còn anh em biết Người, vì Người luôn ở giữa anh em và ở trong anh em. Thầy sẽ không để anh em mồ côi. Thầy đến cùng anh em.

1. Chúa Giê-su sẽ ban cho chúng ta Thần Khí.
2. Thần Khí sẽ ở cùng chúng ta mãi mãi.
3. Thần Khí sẽ ở trong chúng ta.
4. Chúng ta sẽ trở nên một phần của gia đình Thiên Chúa.

"Chúng ta là một phần trong gia đình của Người vì Chúa Thánh Thần ở cùng chúng ta."

Chúa Giê-su Đã Hứa Với Các Tín Hữu Điều Gì Về Chúa Thánh Thần Sau Khi Phục Sinh?

—Sách Công Vụ Tông Đồ 1:8— Nhưng anh em sẽ nhận được sức mạnh của Thánh Thần khi Người ngự xuống trên anh em. Bấy giờ anh em sẽ là chứng nhân của Thầy tại Giê-ru-sa-lem, trong khắp các miền Giu-đê, Sa-ma-ri cho đến tận cùng trái đất".

"Chúa Thánh Thần sẽ ban cho chúng ta quyền năng của Ngài khi Ngài đến với chúng ta."

Bốn Mệnh Lệnh Để Vâng Theo Của Chúa Thánh Thần?

-Thư gửi tín hữu Ga-lát 5:16- Tôi xin nói với anh em là hãy sống theo Thần Khí, và như vậy, anh em sẽ không còn thỏa mãn đam mê của tính xác thịt nữa.

SỐNG THEO THẦN KHÍ

- Chọn một người tình nguyện, nên là nam nếu bạn là nam và ngược lại. (Hãy làm như vậy nếu việc đàn ông và phụ nữ thực hiện trò chơi sinh hoạt cùng nhau là không phù hợp với văn hóa địa phương).

"Tôi và cộng sự của mình sẽ cho các bạn thấy sự thật về việc song hành cùng Thần Khí Chúa. Trong trò chơi sinh họa này, tôi là tôi và người cộng sự đây là Chúa Thánh Thần. Kinh Thánh nói rằng: "Sống theo Thần Khí""

- Trình diễn "Sống theo Thần Khí" cùng với cộng sự của bạn. Người cộng sự đóng vai Chúa Thánh Thần. Cả hai cùng sánh bước tay trong tay, vai kề vai và nói chuyện với nhau. Khi Chúa Thánh Thần muốn đi đâu đó, hãy đi cùng. Đôi lúc bạn hãy đi ra khỏi con đường mà Chúa Thánh Thần đang đi. Vẫn luôn nắm tay kề vai với người cộng sự vì Chúa Thánh Thần không bao giờ từ bỏ ta. Vùng vẫy, vì cả hai không cùng đi chung đường.

"Chúng ta nên đi trên con đường Chúa Thánh Thần mong muốn, chứ không phải con đường chúng ta muốn. Đôi khi, chúng ta muốn đi theo hướng của mình, điều ấy gây ra rắc rối cho tâm linh và xung đột trong trái tim mỗi người."

Sống theo Thần Khí
  🤚 "Bước đi" bằng ngón tay ở cả hai tay.

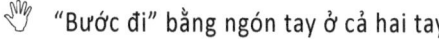

–Thư gửi tín hữu Ê-phê-xô 4:30– Anh em chớ làm phiền lòng Thánh Thần của Thiên Chúa, vì chính Người là dấu ấn ghi trên anh em, để chờ ngày cứu chuộc.

ĐỪNG LÀM PHIỀN LÒNG CHÚA THÁNH THẦN

"Kinh Thánh nói "Anh em chớ làm phiền lòng Thánh Thần của Thiên Chúa". Chúa Thánh Thần có cảm xúc, và chúng ta có thể làm cho Ngài buồn."

- Đi vòng quanh cùng với Chúa Thánh Thần (cộng sự của bạn) và bắt đầu tán gẫu về ai đó trong nhóm. Khi bạn làm vậy, Chúa Thánh Thần trở nên buồn phiền. Giả vờ đánh nhau với một học viên nào đó và Chúa Thánh Thần lại đau lòng.

"Hãy cẩn thận trong lối sống của bạn, vì Chúa Thánh Thần ở trong bạn và có thể trở nên buồn phiền tùy thuộc vào hành động hoặc lời nói của chúng ta."

Đừng làm Chúa Thánh Thần buồn phiền
  🤚 Dụi mắt như thể bạn đang khóc rồi lắc đầu biểu thị "không".

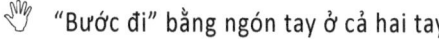

–Thư gửi tín hữu Ê-phê-xô 5:18– Chớ say sưa rượu chè, vì rượu chè đưa tới trụy lạc, nhưng hãy thấm nhuần Thần Khí.

ĐẦY TRÀN THẦN KHÍ

"Kinh Thánh nói rằng: "Hãy thấm nhuần Thần Khí", có nghĩa rằng chúng ta cần Thần Khí Chúa trong từng lúc của ngày dài và trong từng phần của cuộc đời mình.

"Khi chúng ta lãnh nhận Chúa Ki-tô, chúng ta cũng lãnh nhận toàn bộ Thần Khí Chúa mà chúng ta sẽ có trên thế gian này. Ta không thể nào nhận "nhiều hơn" Thần Khí Chúa. Tuy nhiên, Thần Khí Chúa có thể ban đầy tràn cho nhiều người hơn trong chúng ta! Chúng ta được chọn lựa Ngài sẽ đầy tràn như thế nào cho từng ngày trong đời chúng ta. Mệnh lệnh này là để cho Ngài đầy tràn cho cả cuộc đời chúng ta."

> Đầy tràn Thần Khí
> Tạo một chuyển động gợn sóng bằng hai tay từ chân lên đến đỉnh đầu.

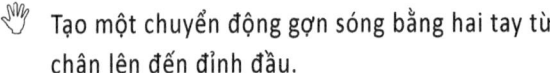

–Thư thứ nhất gửi tín hữu Thê-xa-lô-ni-ca 5:19– Anh em đừng dập tắt Thần Khí.

ĐỪNG DẬP TẮT THẦN KHÍ

"Kinh Thánh nói "Đừng dập tắt Thần Khí", có nghĩa là chúng ta không nên dừng tác động của Ngài trong cuộc đời mình."

- Đi vòng quanh cùng Chúa Thánh Thần (cộng sự của bạn) và nói với mọi người rằng Chúa Thánh Thần muốn bạn làm chứng nhân cho một trong số các học viên. Bạn từ chối làm chứng nhân, đưa ra lời biện hộ, rồi đi con đường của mình. Chúa Thánh Thần đề nghị bạn cầu nguyện cho một bệnh nhân, nhưng bạn từ chối, biện hộ và đi một hướng khác.

"Chúng ta thường cản trở việc của Thiên Chúa bằng cách biện hộ và làm những gì mình muốn thay vì đi theo con đường do Chúa Thánh Thần dẫn dắt. Chúng ta có thể dập tắt Thần Khí bằng những gì chúng ta không làm hay không nói. Điều đó như thể là chúng ta đang cố gắng dập tắt ngọn lửa Thần Khí Chúa trong đời mình."

> Đừng dập tắt Thần Khí
> 🖐 Giữ ngón tay trỏ của tay phải như một ngọn nến. Làm như bạn đang cố gắng thổi tắt nến, Lắc đầu biểu thị "không".

Câu Kinh Thánh Ghi Nhớ

> –Gio-an 7:38– Ai khát, hãy đến với tôi, ai tin vào tôi, hãy đến mà uống!" Như Kinh Thánh đã nói: Từ lòng Người, sẽ tuôn chảy những dòng nước hằng sống.

- Mọi người cùng đứng lên và đọc câu Kinh Thánh ghi nhớ mười lần. Sáu lần đầu tiên, học viên tra Kinh Thánh hay sách hướng dẫn. Bốn lần sau, học viên tự đọc bằng trí nhớ của mình. Học viên nên nên đọc vị trí trước rồi mới đến nội dung của câu Kinh Thánh ghi nhớ, và ngồi xuống khi hoàn thành.
- Thực hiện theo quy trình này sẽ giúp đào tạo viên biết được nhóm nào đã thực hiện xong bài học trong giai đoạn "Thực hành".

Thực Hành

- Đề nghị học viên ngồi đối diện người cộng sự ở giai đoạn cầu nguyện. Học viên lần lượt giảng cho nhau về bài học.

    "*Người sống xa nhất kể từ lớp học này* trong từng cặp sẽ là lãnh đạo."

- Áp dụng *Quy Trình Đào Tạo Đào Tạo Viên* ở trang 22.
- Nhấn mạnh rằng bạn muốn họ giảng dạy tất cả trong giai đoạn "Học tập" theo cách bạn đã làm.

    Đưa ra những câu hỏi, cùng đọc Kinh Thánh, và trả lời giống như cách tôi đã thực hiện với các bạn.

- Sau khi mọi người hoàn tất việc giảng dạy, bạn đề nghị họ đổi cộng sự và lập lại việc dạy lần lượt mỗi người. Khi hoàn thành, hãy đề nghị học viên nghĩ ra người mà họ sẽ chia sẻ bài học này khi kết thúc khóa học.

    "Hãy bỏ vài phút để nghĩ về người mà bạn sẽ chia sẻ bài học ngày hôm nay sau khi kết thúc khóa học. Viết tên người đó vào góc trên trang đầu tiên của bài học hôm nay."

Kết Thúc

Đây là quãng thời gian đầy ý nghĩa của sứ vụ của mỗi người. Nếu không còn nhiều thời gian, bạn có thể dời giai đoạn này lại sang bài học sau hoặc vào một dịp khác. Bạn cũng có thể thực hiện giai đoạn này nếu nhóm của bạn mong muốn một thời gian tĩnh tâm trong suốt buổi tối của hội thảo.

Chúa Giê-su Ở Đây ○ช

–Hê-bơ-rơ 13:8– Đức Chúa Giê-su Ki-tô hôm qua, ngày nay, và cho đến đời đời không hề thay đổi.

–Mát-thêu 15:30-31– Có những đám người đông đảo kéo đến cùng Người, đem theo những kẻ què quặt, đui mù, tàn tật, câm điếc và nhiều bệnh nhân khác nữa. Họ đặt những kẻ ấy dưới chân Người và Người chữa lành, khiến đám đông phải kinh ngạc vì thấy kẻ câm nói được, người tàn tật được lành, người què đi được, người mù xem thấy. Và họ tôn vinh Thiên Chúa của Ít-ra-en.

–Gio-an 10:10– Kẻ trộm chỉ đến để ăn trộm, giết hại và phá hủy. Phần tôi, tôi đến để cho chiên được sống và sống dồi dào.

"Trong thư gửi cho người Hê-bơ-rơ 13:8, Kinh Thánh.nói rằng Chúa Giê-su hôm qua, ngày nay, và cho đến đời đời không hề thay đổi.

"Trong Tin Mừng theo Thánh Mát-thêu 15:30, Kinh Thánh nói rằng Chúa Giê-su đã chữa lành cho nhiều người bệnh tật.

"Trong Tin Mừng theo Thánh Gio-an 10:10, Kinh Thánh nói rằng Sa-tan đến để ăn trộm, giết hại và phá hủy, nhưng Chúa Giê-su đến để chúng ta được sống dồi dào.

"Thật vậy, chúng ta biết rằng Chúa Giê-su đang hiện diện nơi đây cùng chúng ta. Nếu có đâu đó trong đời bạn bị tổn thương, Người mong muốn chữa lành cho nó như xưa Người đã làm, trong Tin Mừng theo Thánh Mát-thêu chương 15. Trong khi Sa-tan thèm khát giết hại và ăn trộm của bạn, Chúa Giê-su lại muốn ban cho chúng ta một cuộc sống dồi dào.

"Bạn có thể liên quan về mặt tâm linh với ai đó như trong Tin Mừng theo Thánh Mát-thêu 15:30.

"Liệu bước đi của bạn với Chúa Giê-su có mạnh mẽ hay quỷ Sa-tan đã làm bạn què quặt?"

🖐 Đi khập khiễng chung quanh.

"Chúa Giê-su đang hiện diện nơi đây. Hãy nhờ Người, và Người sẽ chữa lành cho bạn để bạn lại có thể song hành cùng Người.

"Bạn có thể thấy nơi Thiên Chúa đang làm việc không? Hay quỷ Sa-tan đã làm mù mắt bạn bằng sự nản chí?"

🖐 Che mắt lại.

"Chúa Giê-su đang hiện diện nơi đây. Hãy nhờ Người, và Người sẽ chữa lành cho bạn để bạn lại có thấy được noi Ngài đang làm việc.

"Bạn có chia sẻ tin mừng của Chúa Giê-su cho mọi người xung quanh không? Hay quỷ Sa-tan đã làm cho bạn câm?"

🖐 Che miệng lại.

"Chúa Giê-su đang hiện diện nơi đây. Hãy nhờ Người, và Người sẽ chữa lành cho bạn để bạn lại có thể nói về Người bằng sự dũng cảm.

"Liệu bạn có giúp đỡ mọi người xung quanh hay quỷ Satan đã tổn thương bạn khiến bạn không thể cho đi được nữa?"

✋ Nâng tay bạn như thể nó đang bị đau và bó bột.

"Chúa Giê-su đang hiện diện nơi đây. Hãy nhờ Người, và Người sẽ chữa lành cho bạn để bạn có thể để lại quá khứ sau lưng và tiếp tục song hành cùng Người.

"Bạn có vấn đề gì trong cuộc sống kìm hãm bước chân bạn theo Chúa Giê-su bằng cả trái tim không?

"Dù bạn có gặp tai họa gì, Chúa Giê-su đang hiện diện nơi đây và Người có thể chữa lành cho bạn. Hãy kêu cầu Người, để Người chữa lành cho bạn và mang lại vinh quang vĩ đại cho Thiên Chúa."

- Để nghị các học viên cầu nguyện cho nhau, cầu xin Chúa Giê-su chữa lành cho họ khỏi bất cứ khó khăn gì đang kìm hãm bước chân theo Chúa Giê-su bằng cả trái tim của họ.

7

Ra Đi

Ra đi mô tả Chuá Giê-su là một Người Tìm Kiếm: khám phá những nơi chốn mới, những người hư mất, và những cơ hội mới. Chúa Giê-su đã làm cách nào để quyết định nơi chốn để đi đến và thực hiện sứ vụ của mình? Chúa Giê-su không tự làm một mình, Người tìm kiếm và tham gia vào nơi Thiên Chúa đang làm việc, Người biết rằng Người được Thiên Chúa yêu và tỏ ra cho thấy. Chúng ta làm cách nào để quyết định nơi chốn để thực hiện sứ vụ? Cứ làm theo cách mà Chúa Giê-su đã làm.

Thiên Chúa đang làm việc ở đâu? Chính là ở giữa những người nghèo khổ, bị giam cầm, bệnh tật, bị đàn áp. Một nơi khác là ở gia đình của chúng ta. Ngài muốn cứu rỗi toàn bộ. Học viên xác định con người và vị trí Thiên Chúa đang làm việc trên Bản Đồ Chương 29 Sách Công Vụ Tông Đồ của họ.

Ca Tụng

- Nhờ ai đó cầu nguyện cho sự hiện diện và phước lành của Thiên Chúa.
- Cùng hát hai bài thánh ca hoặc điệp khúc.

Cầu Nguyện

- Chia học viên thành từng cặp với người chưa từng là cộng sự của họ trước đó.
- Mỗi học viên trả lời cho cộng sự của mình câu hỏi sau:

    1. Chúng ta cầu nguyện thế nào cho những người hư mất mà bạn biết để họ được cứu rỗi?
    2. Chúng ta cầu nguyện thế nào cho nhóm mà bạn đang đào tạo?

- Nếu một học viên nào đó vẫn chưa có nhóm tín hữu để đào tạo, hãy cầu nguyện cho những người tiềm năng quanh họ.
- Mọi người cầu nguyện cùng nhau.

Học Tập

Ôn Tập

Các giai đoạn ôn tập đều giống nhau. Đề nghị học viên đứng lên và thuật lại bài học trước. Đảm bảo rằng họ cũng thực hiện các ký hiệu tay.

Tám hình ảnh giúp ta noi gương Chúa Giê-su là gì?
Người Lính, Người Tìm Kiếm, Mục Tử, Người Gieo Hạt, Người Con, Đấng Thánh, Người Tôi Tớ, Người Quản Lý.

Tình yêu
Ba điều một mục tử làm?
Mệnh lệnh ra đi rao giảng quan trọng nhất là gì?
Tình yêu đến từ đâu?
Thờ Phượng Đơn Giản là gì?
Tại sao chúng ta thực hiện Thờ Phượng Đơn Giản?
Cần bao nhiêu người để thực hiện Thờ Phượng Đơn Giản?

Cầu nguyện
Ba điều một vị thánh làm?
Chúng ta nên cầu nguyện thế nào?
Thiên Chúa sẽ đáp lời chúng ta như thế nào?
Số điện thoại của Thiên Chúa là gì?

Vâng lời
Ba điều một người tôi tớ làm?
Ai có quyền lực tối thượng?
Bốn mệnh lệnh mà Chúa Giê-su đã ban cho mỗi tín hữu?
Chúng ta nên vâng theo Chúa Giê-su thế nào?
Chúa Giê-su đã hứa gì với chúng ta?

Bước đi
Ba điều một người con làm?
Suối nguồn quyền năng trong Sứ vụ của Chúa Giê-su là từ đâu?
Chúa Giê-su đã hứa với các tín hữu điều gì về Chúa Thánh Thần trước khi chết trên thập tự?
Chúa Giê-su đã hứa với các tín hữu điều gì về Chúa Thánh Thần sau khi phục sinh?
Bốn mệnh lệnh để vâng theo của Chúa Thánh Thần?

Chúa Giê-su Là Ai?

-Lu-ca 19:10- Vì Con Người đến để tìm và cứu những gì đã mất.

"Chúa Giê-su là người tìm kiếm. Người tìm kiếm những con người hư mất. Đồng thời Người tìm kiếm Thánh Ý Chúa và Nước Trời đầu tiên trong đời Người."

Người Tìm Kiếm
✋ Nhìn từ sau ra trước với tay để phía trên đôi mắt.

Ba Điều Một Người Tìm Kiếm Làm?

-Mác-cô 1:37,38- Khi gặp Người, các ông thưa: "Mọi người đang tìm Thầy đấy!" Người bảo các ông: "Chúng ta hãy đi nơi khác, đến các làng xã chung quanh, để Thầy còn rao giảng ở đó nữa, vì Thầy ra đi cốt để làm việc đó."

1. Người tìm kiếm thích khám phá những nơi chốn mới.
2. Người tìm kiếm thích đi tìm những người hư mất.
3. Người tìm kiếm thích tìm kiếm những cơ hội mới.

"Chúa Giê-su là người tìm kiếm và Người ở cùng chúng ta. Theo Người, chúng ta cũng sẽ trở nên những người tìm kiếm."

Chúa Giê-su Đã Làm Thế Nào Để Quyết Định Nơi Chốn Để Thực Hiện Sứ Vụ?

-Gio-an 5:19,20- Đức Giê-su lên tiếng nói với họ rằng:"Thật, tôi bảo thật các ông: người Con không thể tự

mình làm bất cứ điều gì, ngoại trừ điều Người thấy Chúa Cha làm; vì điều gì Chúa Cha làm, thì người Con cũng làm như vậy. Quả thật, Chúa Cha yêu người Con và cho người Con thấy mọi điều mình làm, lại sẽ còn cho người Con thấy những việc lớn lao hơn nữa, khiến chính các ông cũng phải kinh ngạc."

Chúa Giê-su nói: "Tôi không thể tự ý mình làm gì."

🖐 Đặt tay lên ngực và lắc đầu biểu thị "không".

Chúa Giê-su nói: "Tôi tìm kiếm nơi Thiên Chúa đang làm việc."

🖐 Đặt tay lên trên đôi mắt, quay từ trái sang phải như đang tìm kiếm.

Chúa Giê-su nói: "Tôi tham gia vào nơi Thiên Chúa đang làm việc."

🖐 Chỉ tay về nơi trước mặt bạn và gật đầu "đồng ý".

Chúa Giê-su nói: "Tôi biết Thiên Chúa yêu tôi và sẽ cho tôi thấy."

🖐 Giơ tay lên theo tư thế ca tụng rồi đặt chéo tay trên ngực.

Chúng Ta Nên Quyết Định Nơi Chốn Để Thực Hiện Sứ Vụ Của Mình Như Thế Nào?

–Thư thứ nhất của Thánh Gio-an 2:5,6– Còn hễ ai giữ lời Người dạy, nơi kẻ ấy tình yêu Thiên Chúa đã thực sự nên hoàn hảo. Căn cứ vào đó, chúng ta biết được mình

đang ở trong Thiên Chúa. Ai nói rằng mình ở lại trong Người, thì phải đi trên con đường Đức Giê-su đã đi.

"Chúng ta quyết định nơi chốn để thực hiện sứ vụ như cách mà Chúa Giê-su đã làm:

"Tôi không thể tự ý mình làm gì."

> ✋ Đặt tay lên ngực và lắc đầu biểu thị "không".

"Tôi tìm kiếm nơi Thiên Chúa đang làm việc."

> ✋ Đặt tay lên trên đôi mắt, quay từ trái sang phải như đang tìm kiếm.

"Tôi tham gia vào nơi Thiên Chúa đang làm việc."

> ✋ Chỉ tay về nơi trước mặt bạn và gật đầu "đồng ý".

"Tôi biết Thiên Chúa yêu tôi và sẽ cho tôi thấy."

> ✋ Giơ tay lên theo tư thế ca tụng rồi đặt chéo tay trên ngực.

Làm Sao Chúng Ta Có Thể Biết Được Liệu Thiên Chúa Có Đang Làm Việc Không?

–Gio-an 6:44– Chẳng ai đến với tôi được, nếu Chúa Cha, là Đấng đã sai tôi, không lôi kéo người ấy, và tôi, tôi sẽ cho người ấy sống lại trong ngày sau hết.

"Nếu ai đó hứng thú học hỏi nhiều hơn về Chúa Giê-su, người đó sẽ biết nơi Thiên Chúa đang làm việc. Tin Mừng theo Thánh Gio-an 6:44 nói rằng chỉ có Thiên Chúa mới có thể mang loài người về bên Ngài. Chúng ta đưa ra câu hỏi, gieo những hạt giống tâm hồn, và chờ đợi hồi đáp. Nếu như được hồi đáp, chúng ta biết ở đó có Thiên Chúa đang làm việc."

Chúa Giê-su Đang Làm Việc Ở Đâu?

–Lu-ca 4:18-19– Thần Khí Chúa ngự trên tôi, vì Chúa đã xức dầu tấn phong tôi, để tôi loan báo Tin Mừng cho kẻ nghèo hèn. Người đã sai tôi đi công bố cho kẻ bị giam cầm biết họ được tha, cho người mù biết họ được sáng mắt, trả lại tự do cho người bị áp bức, công bố một năm hồng ân của Chúa.

1. Người nghèo hèn.
2. Người bị giam cầm.
3. Người mù.
4. Người bị áp bức.

"Chúa Giê-su thực hiện sứ vụ của Ngài cho những người như thế. Tuy nhiên, hãy nhớ rằng, Người không làm điều ấy cho tất cả những ai nghèo khó hay tất cả những ai bị áp bức. Trong nỗ lực của mình, chúng ta muốn giúp đỡ tất cả mọi người. Chúa Giê-su chỉ tìm kiếm và tham gia vào nơi Cha Người đang làm việc. Chúng ta cần theo gương Người. Nếu chúng ta cố gắng thực hiện sứ vụ của mình cho mọi kẻ bị áp bức, đó sẽ là dấu hiệu chắc chắn cho thấy chúng ta đang cố gắng tự mình thực hiện toàn bộ."

Còn Nơi Nào Chúa Giê-su Đang Làm Việc Nữa Không?

"Bạn có biết rằng Thiên Chúa yêu cả gia đình bạn? Thánh Ý Chúa muốn họ đều được cứu rỗi và sống cuộc sống vĩnh hằng cùng với Ngài. Có rất nhiều câu chuyện trong Kinh Thánh kể về việc Thiên Chúa cứu cả một gia đình."

Người bị quỷ ám ở Ghê-ra-sa – Mác-cô 5

"Người bị quỷ ám đã hoàn toàn được chữa khỏi. Anh ta muốn theo Chúa Giê-su, nhưng Người bảo anh ta hãy trở về với gia đình và thuật lại cho họ biết những gì đã xảy ra. Nhiều người ở các ngôi làng xung quanh kinh ngạc với những gì Chúa Giê-su làm. Khi Thiên Chúa cứu ai đó, Ngài muốn cứu cả những người quanh họ."

Co-nê-li-ô – Sách Công Vụ Tông Đồ 10

"Thiên Chúa sai ông Phê-rô đến gặp Co-nê-li-ô. Khi ông giảng, Thần Khí Chúa ngự xuống trên tất cả những người đang nghe Lời Thiên Chúa. Co-nê-li-ô và những người xung quanh đều tin tưởng vào Thiên Chúa."

Bị bắt ở Phi-líp-phê – Sách Công Vụ Tông Đồ 16

"Ông Phao-lô và ông Xi-la vẫn ở lại trong tù dù có một trận động đất đã làm các cảnh cửa mở toang. Viên cai ngục kinh ngạc và tin vào Chúa Giê-su. Thiên Chúa đã cứu cả nhà viên cai ngục ấy."

"Đừng bao giờ rời bỏ lòng tin và cầu nguyện rằng mọi người trong gia đình bạn sẽ được cứu rỗi và sống cuộc sống vĩnh hằng!"

Câu Kinh Thánh Ghi Nhớ

–Gio-an 12:2– Ai phục vụ Thầy, thì hãy theo Thầy; và Thầy ở đâu, kẻ phục vụ Thầy cũng sẽ ở đó. Ai phục vụ Thầy, Cha của Thầy sẽ quý trọng người ấy.

- Mọi người cùng đứng lên và đọc câu Kinh Thánh ghi nhớ mười lần. Sáu lần đầu tiên, học viên tra Kinh Thánh hay sách hướng dẫn. Bốn lần sau, học viên tự đọc bằng trí nhớ của mình. Học viên nên nên đọc vị trí trước rồi mới đến nội dung của câu Kinh Thánh ghi nhớ, và ngồi xuống khi hoàn thành.
- Thực hiện theo quy trình này sẽ giúp đào tạo viên biết được nhóm nào đã thực hiện xong bài học trong giai đoạn "Thực hành".

Thực Hành

- Đề nghị học viên ngồi đối diện người cộng sự ở giai đoạn cầu nguyện. Học viên lần lượt giảng cho nhau về bài học.

"Người có nhiều anh chị em nhất trong từng cặp sẽ là lãnh đạo."

- Áp dụng *Quy Trình Đào Tạo Đào Tạo Viên* ở trang 22.
- Nhấn mạnh rằng bạn muốn họ giảng dạy tất cả trong giai đoạn "Học tập" theo cách bạn đã làm.

Đưa ra những câu hỏi, cùng đọc Kinh Thánh, và trả lời giống như cách tôi đã thực hiện với các bạn.

- Sau khi mọi người hoàn tất việc giảng dạy, bạn đề nghị họ đổi cộng sự và lập lại việc dạy lần lượt mỗi người. Khi hoàn thành, hãy đề nghị học viên nghĩ ra người mà họ sẽ chia sẻ bài học này khi kết thúc khóa học.

"Hãy bỏ vài phút để nghĩ về người mà bạn sẽ chia sẻ bài học ngày hôm nay sau khi kết thúc khóa học. Viết tên người đó vào góc trên trang đầu tiên của bài học hôm nay."

Kết Thúc

Bản Đồ Chương 29 Sách Công Vụ Tông Đồ - Phần 2 ❧

"Trên bản đồ của bạn, hãy vẽ và đặt tên cho nơi mà Chúa Giê-su đang làm việc. Xác định ít nhất năm vị trí mà bạn biết rằng Người đang làm việc ở đó, vẽ thập giá lên và đặt tên cách thức mà Chúa đang làm việc cho từng nơi."

8

Chia Sẻ

Chia sẻ mô tả Chúa Giê-su là một Người Lính: chiến đấu chống lại kẻ thù, cam chịu thử thách, và giải phóng những người bị giam cầm. Chúa Giê-su là một Người Lính. Theo Người, chúng ta cũng trở nên những người lính.

Ngay khi chúng ta tham gia vào nơi Thiên Chúa đang làm việc, chúng ta đã đương đầu với cuộc chiến tranh tâm linh. Các tín hữu làm thế nào để đánh bại Sa-tan? Chúng ta hạ hắn bằng cái chết của Chúa Giê-su trên thập tự, chia sẻ lời chứng, và không ngại hy sinh vì niềm tin của mình.

Một lời chứng mạnh mẽ bao gồm việc chia sẻ câu chuyện về cuộc đời người đó trước khi gặp Chúa Giê-su, gặp Người như thế nào và sự khác biệt khi song hành cùng Người. Các bằng chứng tỏ hiệu quả hơn khi được chúng ta giới hạn trong vòng từ ba đến bốn phút, khi không đề cập đến khác biệt tuổi tác (vì tuổi tác không là vấn đề), và khi chúng ta dùng ngôn ngữ để những người chưa tin có thể hiểu dễ dàng.

Chương này kết thúc bằng một bài kiểm tra xem ai là người viết nhanh nhất tên bốn mươi người bị hư mất mà họ biết. Có ba giải được trao, nhưng cuối cùng mọi người đều có giải vì chúng ta đều là "người chiến thắng" khi chúng ta biết cách chia sẻ lời chứng của mình.

CA TỤNG

- Nhờ ai đó cầu nguyện cho sự hiện diện và phước lành của Thiên Chúa.
- Cùng hát hai bài thánh ca hoặc điệp khúc.

CẦU NGUYỆN

- Chia học viên thành từng cặp với người chưa từng là cộng sự của họ trước đó.
- Mỗi học viên trả lời cho cộng sự của mình câu hỏi sau:
    1. Chúng ta cầu nguyện thế nào cho những người hư mất mà bạn biết để họ được cứu rỗi?
    2. Chúng ta cầu nguyện thế nào cho nhóm mà bạn đang đào tạo?
- Nếu một học viên nào đó vẫn chưa có nhóm tín hữu để đào tạo, hãy cầu nguyện cho những người tiềm năng quanh họ.
- Mọi người cầu nguyện cùng nhau.

HỌC TẬP

Ôn Tập

Các giai đoạn ôn tập đều giống nhau. Để nghị học viên đứng lên và thuật lại bài học trước. Đảm bảo rằng họ cũng thực hiện các ký hiệu tay.

Tám hình ảnh giúp ta noi gương Chúa Giê-su là gì?
Người Lính, Người Tìm Kiếm, Mục Tử, Người Gieo Hạt, Người Con, Đấng Thánh, Người Tôi Tớ, Người Quản Lý.

Cầu nguyện
Ba điều một vị thánh làm?
Chúng ta nên cầu nguyện thế nào?
Thiên Chúa sẽ đáp lời chúng ta như thế nào?
Số điện thoại của Thiên Chúa là gì?

Vâng lời
Ba điều một người tôi tớ làm?
Ai có quyền lực tối thượng?
Bốn mệnh lệnh mà Chúa Giê-su đã ban cho mỗi tín hữu?
Chúng ta nên vâng theo chúa giê-su thế nào?
Chúa Giê-su đã hứa gì với chúng ta?

Bước đi
Ba điều một người con làm?
Suối nguồn quyền năng trong Sứ vụ của Chúa Giê-su là từ đâu?
Chúa Giê-su đã hứa với các tín hữu điều gì về Chúa Thánh Thần trước khi chết trên thập tự?
Chúa Giê-su đã hứa với các tín hữu điều gì về Chúa Thánh Thần sau khi phục sinh?
Bốn mệnh lệnh để vâng theo của Chúa Thánh Thần?

Ra đi
Ba điều một người tìm kiếm làm?
Chúa Giê-su đã làm thế nào để quyết định nơi chốn để thực hiện sứ vụ?
Chúng ta nên quyết định nơi chốn để thực hiện sứ vụ của mình như thế nào?
Làm sao chúng ta có thể biết được liệu Thiên Chúa có đang làm việc không?
Chúa Giê-su đang làm việc ở đâu?
Còn nơi nào Chúa Giê-su đang làm việc nữa không?

Chúa Giê-su Là Ai?

–Mát-thêu 26:53– hay anh tưởng là Thầy không thể kêu cứu với Cha Thầy sao? Người sẽ cấp ngay cho Thầy hơn mười hai đạo binh thiên thần!

"Chúa Giê-su là Người Lính. Người có thể triệu tập mười hai đạo binh thiên thần để bảo vệ mình vì Người là Tư Lệnh đạo quân của Thiên Chúa. Người giao chiến với Satan trong cuộc chiến tâm linh và cuối cùng đã chiến thắng quỷ dữ bằng cái chết trên thập giá."

> Người lính
> ✋ Giương kiếm lên.

Ba Điều Một Người Lính Làm?

–Mác-cô 1:12-15– Thần Khí liền đẩy Người vào hoang địa. Người ở trong hoang địa bốn mươi ngày, chịu Xatan cám dỗ, sống giữa loài dã thú, và có các thiên sứ hầu hạ Người. Sau khi ông Gio-an bị nộp, Đức Giê-su đến miền Ga-li-lê rao giảng Tin Mừng của Thiên Chúa. Người nói: "Thời kỳ đã mãn, và Triều Đại Thiên Chúa đã đến gần. Anh em hãy sám hối và tin vào Tin Mừng."

1. Người lính chiến đấu chống lại kẻ thù.

    "Chúa Giê-su đã chiến đấu chống lại kẻ thù và đã thắng lợi."

2. Người lính chịu đựng thử thách.

    "Chúa Giê-su đã phải trải qua nhiều gian khổ khi Người còn ở thế gian."

3. Người lính giải phóng những người bị giam cầm.

"Nước Chúa đang đến để giải phóng loài người."

"Chúa Giê-su là người lính. Người lãnh đạo đội quân Thiên Chúa và chiến đấu chống Sa-tan trong cuộc chiến tâm linh. Người đã chiến thắng bằng cái chết trên thập giá vì chúng ta. Nhờ có Chúa Giê-su ở cùng, chúng ta cũng sẽ trở nên những người lính thắng trận. Chúng ta sẽ chiến đấu trên mặt trận tâm linh, chịu đựng gian nan thử thách để làm hài lòng Tư Lệnh, và giải phóng những người bị giam cầm."

Chúng Ta Đánh Bại Sa-tan Bằng Cách Nào?

–Sách Khải huyền 12:11– *Họ đã thắng được nó nhờ máu Con Chiên và nhờ lời họ làm chứng về Đức Ki-tô: họ coi thường tính mạng, sẵn sàng chịu chết.*

NHỜ MÁU CỦA CON CHIÊN

"Chúng ta chiến thắng Sa-tan vì Máu Chúa Giê-su chảy trên thập tự. Qua Người và những gì Người làm, chúng ta trở nên vinh quang hơn cả những người chiến thắng."

Máu của Con Chiên
Dùng ngón tay giữa này chỉ vào lòng bàn tay của tay kia cho cả hai tay. – biểu thị cho việc đóng đinh.

"Khi bạn chiến đấu trên mặt trận tâm linh, hãy nhớ rằng Chúa Giê-su đã đánh bại Sa-tan trên thập giá! Sa-tan run rẩy, rên rỉ, và khóc than mỗi khi hắn thấy Người. Hắn cầu xin Người tha cho hắn.

"Tin mừng là Chúa Giê-su ở cùng chúng ta. Vì thế, mỗi khi Sa-tan thấy Người trong chúng ta, hắn run rẩy và rên rỉ. Hắn ta khóc lóc như một đứa trẻ! Sa-tan là bại tướng vì cái chết của Chúa Giê-su trên thập giá! Không bao giờ được quên điều này: Cho dù có khó khăn thế nào đi chăng nữa, chúng ta sẽ chiến thắng! Chiến thắng! Chúng ta sẽ chiến thắng!"

LỜI CHỨNG CỦA CHÚNG TA

"Chúng ta đánh bại Sa-tan bằng lời chứng – vũ khí mạnh mẽ. Không ai có thể bác bỏ lời chứng về những gì Chúa Giê-su đã làm cho cuộc đời chúng ta. Chúng ta có thể dùng vũ khí này bất cứ lúc nào, bất cứ nơi đâu."

> Lời chứng
> ✋ Úp tay vào miệng như thể bạn đang nói với ai đó.

KHÔNG NGẠI HY SINH

"Sự sống vĩnh hằng của chúng ta cùng Thiên Chúa đã được đảm bảo. Chúng ta sẽ tốt hơn khi được ở cùng Ngài; chúng ta ở nơi đây là cần thiết để loan báo Tin Mừng. Chúng ta không thể thất bại!"

> Không ngại hy sinh
> ✋ Đặt cổ tay lại với nhau, như thể đang bị xích.

Dàn Ý Của Một Lời Chứng Mạnh Mẽ?

CUỘC ĐỜI TÔI TRƯỚC KHI GẶP CHÚA GIÊ-SU

Trước khi
🖐 Chỉ tay vào bên trái phía trước bạn.

"Mô tả cuộc sống của bạn đã như thế nào trước khi bạn trở thành một tín hữu. Nếu như bạn lớn lên trong một gia đình Ki-tô giáo, những người chưa tin sẽ thấy thú vị để nghe về những người đạo gốc là như thế nào."

TÔI ĐÃ GẶP CHÚA GIÊ-SU NHƯ THẾ NÀO

Như thế nào?
🖐 Chỉ tay vào chính giữa phía trước bạn.

"Mô tả việc bạn trở nên tin vào Chúa Giê-su và đi theo Người."

ĐỜI TÔI KỂ TỪ KHI TÔI GẶP CHÚA GIÊ-SU

🖐 Quay sang bên phải và di chuyển hai tay lên xuống.

"Thuật lại những gì đã xảy ra kể từ khi bạn được biến đổi để theo Chúa Giê-su và mối quan hệ của hai người có ý nghĩa thế nào với bạn."

HỎI MỘT CÂU ĐƠN GIẢN

"Vào cuối lời chứng của bạn, hãy hỏi người ta: "Bạn có muốn nghe nhiều hơn về việc theo Chúa Giê-su không?" Đấy chính là câu hỏi "Thiên Chúa có đang làm việc không".

> 🖐 Chỉ tay vào thái dương – như thể bạn đang suy nghĩ về một câu hỏi.

"Nếu họ trả lời "có", bạn biết rằng Thiên Chúa đang làm việc ở đấy. Chỉ có Thiên Chúa mới có thể lôi kéo người về bên Ngài. Khi ấy, hãy chia sẻ với họ nhiều hơn về việc theo Chúa Giê-su.

"Nếu họ trả lời "không", Thiên Chúa vẫn đang làm việc, nhưng họ chưa sẵn sàng để hồi đáp Ngài. Bạn hãy đề nghị cầu nguyện ơn chúc lành cho họ nếu có thể, cầu nguyện, và tiếp tục đi con đường của bạn."

Những Lời Khuyên Quan Trọng?

GIỚI HẠN LỜI CHỨNG ĐẦU TIÊN CỦA BẠN TỪ BA ĐẾN BỐN PHÚT.

"Có rất nhiều người bị hư mất trên thế gian này, hạn chế lời chứng đầu tiên của bạn giúp bạn thấy được những người nhiệt tình đáp ứng và những ai không. Trên hết, hãy đi theo sự dẫn dắt của Chúa Thánh Thần. Các tín hữu mới cảm thấy thoải mái hơn khi được nghe từ ba đến bốn *phút*, chứ không phải ba đến bốn *giờ*!"

ĐỪNG NÓI VỀ TUỔI TÁC CỦA BẠN KHI BẠN TRỞ THÀNH MỘT TÍN HỮU

"Tuổi tác khi bạn trở thành tín hữu Chúa không là vấn đề, nhưng nó có thể khiến những người chưa tin hiểu nhầm khi bạn làm chứng cho Chúa. Nếu bạn lớn tuổi hơn, có khả năng họ nghĩ rằng họ có thể chờ đợi về sau này. Nếu bạn trẻ hơn, họ có thể cho rằng họ đã bỏ lỡ cơ hội. Kinh Thánh nói rằng *hôm nay* là ngày cứu rỗi. Tiết lộ tuổi tác thường chỉ làm phức tạp tình hình."

ĐỪNG DÙNG NGÔN NGỮ KI TÔ HỮU

"Sau khi trở thành tín hữu ngay cả khi chỉ sau một thời gian ngắn, họ bắt đầu thu thập ngôn ngữ các Ki tô hữu khác sử dụng. Các cụm từ như "thanh tẩy trong máu Con Chiên", "bước vào giáo đường" hay "nói chuyện với người thuyết giáo", đối với những người chưa tin thì nghe giống như là tiếng nước ngoài. Càng ít sử dụng ngôn ngữ Ki-tô hữu càng tốt, để cho những người được ta chia sẻ lời chứng có thể hiểu được Tin Mừng rõ ràng nhất có thể."

Câu Kinh Thánh Ghi Nhớ

–Thư thứ nhất gửi tín hữu Cô-rin-tô 15:3,4– Trước hết, tôi đã truyền lại cho anh em điều mà chính tôi đã lãnh nhận, đó là: Đức Ki-tô đã chết vì tội lỗi chúng ta, đúng như lời Kinh Thánh, rồi Người đã được mai táng, và ngày thứ ba đã chỗi dậy, đúng như lời Kinh Thánh.

- Mọi người cùng đứng lên và đọc câu Kinh Thánh ghi nhớ mười lần. Sáu lần đầu tiên, học viên tra Kinh Thánh hay sách hướng dẫn. Bốn lần sau, học viên tự đọc bằng trí nhớ của mình. Học viên nên nên đọc vị trí trước rồi mới đến nội dung của câu Kinh Thánh ghi nhớ, và ngồi xuống khi hoàn thành.

Thực Hành

- Thông báo cho học viên rằng bạn muốn họ viết ra lời chứng của mình trong vở bằng cách áp dụng dàn ý, những lời khuyên của bạn vừa rồi. Hãy nói rằng họ có mười phút để thực hiện, sau đó bạn sẽ gọi ai đó để đưa ra lời chứng của mình.
- Hết mười phút, đề nghị học viên bỏ bút xuống và nói rằng bạn sẽ gọi ai đó để đưa ra lời chứng của mình. Dừng lại một vài giây. Sau đó, thông báo rằng bạn sẽ chia sẻ lời chứng của mình cho mọi người. Sẽ có tiếng thở phào nhẹ nhõm!
- Chia sẻ lời chứng của bạn từ dàn ý và những lời khuyên ở trên. Ở cuối lời chứng, hãy ôn lại dàn ý và những lời khuyên từng bước một và hỏi học viên liệu bạn có đưa ra lời chứng đúng không.
- Trong suốt giai đoạn "Thực hành", bạn sẽ dùng đồng hồ để canh thời gian cho học viên. Để nghị các học viên chia thành từng cặp và có 3 phút để chia sẻ lời chứng của mình.

"Người nói to nhất sẽ là lãnh đạo, và là người chia sẻ đầu tiên."

- Canh thời gian cho người đầu tiên trong từng cặp và nói "dừng lại" khi hết ba phút. Hãy hỏi học viên liệu cộng sự của họ có theo đúng dàn ý và áp dụng bốn lời khuyên để có được một lời chứng mạnh mẽ không. Tiếp theo, đề nghị người thứ hai trong từng cặp chia sẻ lời chứng trong ba phút. Để nghị học viên cho ý kiến một lần nữa.

- Sau khi các học viên đã hoàn thành, hướng dẫn họ tìm kiếm một cộng sự mới, xác định ai có giọng to nhất, và tiếp tục chia sẻ lời chứng. Cố gắng chia cả lớp theo từng cặp ít nhất bốn lần.
- Sau khi hoàn tất việc giảng dạy, hãy đề nghị học viên nghĩ ra người mà họ sẽ chia sẻ bài học này khi kết thúc khóa học. Viết tên người đó vào phía trên ở trang đầu tiên của bài học.

Muối Và Đường ☙

Áp dụng minh họa này trong một giai đoạn nhận thông tin phản hồi nào đó để nhấn mạnh việc chia sẻ từ trái tim quan trọng thế nào.

"Trái cây tươi chín thì luôn thơm ngon và làm cho bạn thèm! Khi tôi nghĩ về trái dứa màu vàng và thơm ngon, tôi thèm ứa nước.

"Tôi biết có 1 cách giúp bạn có thể làm cho trái cây trở nên thơm ngon hơn nữa! Thêm một chút đường, muối, hay ớt. Ngon tuyệt! Tôi không thể kìm được nữa!

"Cũng vậy, bất cứ khi nào bạn giảng dạy một bài học hay chia sẻ Tin Mừng, Lời Chúa luôn luôn tuyệt vời, giống như trái cây vậy. Chúng ta nên thưởng thức và cảm nhận sự tuyệt vời của Thiên Chúa. Tuy nhiên, việc bạn chia sẻ bằng tình cảm từ chính trái tim giống như thêm đường, muối, hay ớt vào trái cây, khiến cho Lời Chúa trở nên đặc biệt hấp dẫn.

"Vậy nên, khi bạn chia sẻ bài học với cộng sự của bạn, tôi mong bạn sẽ thêm nhiều đường, muối hay ớt cho những gì bạn nói."

Kết Thúc

Ai Có Thể Liệt Kê Tên Bốn Mươi Người Bị Hư Mất Nhanh Nhất? ☙

- Đề nghị học viên đánh số từ một đến bốn mươi trong vở.

"Chúng ta sẽ tổ chức một cuộc thi. Các hạng nhất, nhì, ba sẽ được trao giải."

- Nói với mọi người rằng khi bạn nói "Bắt đầu!", họ phải viết ra tên của bốn mươi người chưa tin mà họ biết. Nếu các học viên không thể nhớ tên, họ có thể viết như "thợ cắt tóc" hay "người đưa thư". Đảm bảo rằng không có ai bắt đầu trước khi bạn cho phép.
- Sẽ có một vài người viết khi bạn đưa ra hướng dẫn. Hãy để nghị mọi người giơ bút lên khi bạn đang hướng dẫn.
- Bắt đầu cuộc thi và đề nghị mọi người đứng lên khi họ đã hoàn thành danh sách của mình. Trao giải cho các hạng nhất, nhì, ba.

"Có hai lý do các tín hữu cho rằng vì thế mà họ không thể chia sẻ niềm tin của họ: họ không biết làm thế nào, và không biết ai để có thể chia sẻ Tin Mừng. Trong bài học này, chúng ta đã giải quyết cả hai. Giờ đây, các bạn đã biết làm cách nào để chia sẻ Tin Mừng và có danh sách những người để chia sẻ."

- Đề nghị học viên đặt mỗi ngôi sao trước năm người trong danh sách của họ mà họ sẽ chia sẻ lời chứng. Khuyến khích họ thực hiện trong suốt tuần kế tiếp.

"Hãy nhìn vào tay của bạn. Bạn có năm ngón tay để nhắc nhở năm người bị hư mất mà bạn có thể cầu nguyện cho họ mỗi ngày. Khi bạn đang rửa chén đĩa, viết lách, hay gõ bàn phím máy tính, hãy nhìn vào năm ngón tay để nhớ về việc cầu nguyện."

- Đề nghị các học viên cầu nguyện thật to cùng nhau cho những người hư mất trong danh sách của họ.
- Sau ki cầu nguyện, trao tặng mỗi người một viên kẹo và nói: "Chúng ta đều là người chiến thắng vì giờ đây chúng ta đã biết làm cách nào để loan báo Tin Mừng và loan báo cho những ai trong đời chúng ta."

9

Gieo Hạt

Gieo hạt mô tả Chúa Giê-su là một Người Gieo Hạt: gieo hạt giống, trông nom cánh đồng, và hoan hỉ đón nhận một mùa bội thu. Chúa Giê-su là một Người Gieo Hạt và Người ở cùng chúng ta; theo Người, chúng ta cũng sẽ trở nên những người gieo hạt. Gieo ít gặt ít, gieo nhiều gặt nhiều.

Chúng ta nên gieo những gì vào cuộc đời con người? Chỉ có Tin Mừng Đơn Giản mới có thể biến đổi và mang họ về nhà Chúa. Một khi chúng ta biết rằng Thiên Chúa đang làm việc trong cuộc đời ai đó, chúng ta loan báo Tin Mừng Đơn Giản cho họ. Chúng ta biết rằng đó là quyền năng của Thiên Chúa để cứu rỗi họ.

CA TỤNG

- Nhờ ai đó cầu nguyện cho sự hiện diện và phước lành của Thiên Chúa.
- Cùng hát hai bài thánh ca hoặc điệp khúc.

Cầu Nguyện

- Chia học viên thành từng cặp với người chưa từng là cộng sự của họ trước đó.
- Mỗi học viên trả lời cho cộng sự của mình câu hỏi sau:

    1. Chúng ta cầu nguyện thế nào cho những người hư mất mà bạn biết để họ được cứu rỗi?
    2. Chúng ta cầu nguyện thế nào cho nhóm mà bạn đang đào tạo?

- Nếu một học viên nào đó vẫn chưa có nhóm tín hữu để đào tạo, hãy cầu nguyện cho những người tiềm năng quanh họ.
- Mọi người cầu nguyện cùng nhau.

Học Tập

Ôn Tập

Các giai đoạn ôn tập đều giống nhau. Để nghị học viên đứng lên và thuật lại bài học trước. Đảm bảo rằng họ cũng thực hiện các ký hiệu tay.

Tám hình ảnh giúp ta noi gương Chúa Giê-su là gì?
Người Lính, Người Tìm Kiếm, Mục Tử, Người Gieo Hạt, Người Con, Đấng Thánh, Người Tôi Tớ, Người Quản Lý.

Vâng lời
Ba điều một người tôi tớ làm?
Ai có quyền lực tối thượng?
Bốn mệnh lệnh mà Chúa Giê-su Đã ban cho mỗi tín hữu?
Chúng ta nên vâng theo Chúa Giê-su thế nào?
Chúa Giê-su đã hứa gì với chúng ta?

Bước đi

Ba điều một người con làm?
Suối nguồn quyền năng trong Sứ vụ của Chúa Giê-su là từ đâu?
Chúa Giê-su đã hứa với các tín hữu điều gì về Chúa Thánh Thần trước khi chết trên thập tự?
Chúa Giê-su đã hứa với các tín hữu điều gì về Chúa Thánh Thần sau khi phục sinh?
Bốn mệnh lệnh để vâng theo của Chúa Thánh Thần?

Ra đi

Ba điều một người tìm kiếm làm?
Chúa Giê-su đã làm thế nào để quyết định nơi chốn để thực hiện sứ vụ?
Chúng ta nên quyết định nơi chốn để thực hiện sứ vụ của mình như thế nào?
Làm sao chúng ta có thể biết được liệu Thiên Chúa có đang làm việc không?
Chúa Giê-su đang làm việc ở đâu?
Còn nơi nào Chúa Giê-su đang làm việc nữa không?

Chia sẻ

Ba điều một người lính làm?
Chúng ta đánh bại Sa-tan bằng cách nào?
Dàn ý của một lời chứng mạnh mẽ?
Những lời khuyên quan trọng?

Chúa Giê-su Là Ai?

–Mát-thêu 13:36, 37– Bấy giờ, Đức Giê-su bỏ đám đông mà về nhà. Các môn đệ lại gần Người và thưa rằng: "Xin Thầy giải nghĩa dụ ngôn cỏ lùng trong ruộng cho chúng con nghe". Người đáp: "Kẻ gieo hạt giống tốt là Con Người."

"Chúa Giê-su là Người Gieo Hạt và là Chúa của mùa gặt."

Người gieo hạt
✋ Dùng tay rải hạt.

Ba Điều Một Người Gieo Hạt Làm?

–Mác-cô 4:26-29– Người nói: "Chuyện Nước Thên Chúa thì cũng tựa như chuyện một người vãi hạt giống xuống đất. Đêm hay ngày, người ấy có ngủ hay thức, thì hạt giống vẫn nẩy mầm và mọc lên, bằng cách nào, thì người ấy không biết. Đất tự động sinh ra hoa màu: trước hết cây lúa mọc lên, rồi trổ đòng đòng, và sau cùng thành bông lúa nặng trĩu hạt. Lúa vừa chín, người ấy đem liềm hái ra gặt, vì đã đến mùa."

1. Người gieo hạt gieo những hạt giống tốt.
2. Người gieo hạt trông nom cánh đồng.
3. Người gieo hạt mong đợi mùa gặt bội thu.

"Chúa Giê-su là Người Gieo Hạt và Người ở cùng chúng ta. Người gieo những hạt giống tốt vào trái tim mỗi người, trong khi Sa-tan rắp tâm gieo những hạt giống xấu. Hạt giống mà Chúa Giê-su gieo dẫn dắt chúng ta đến cuộ sống vĩnh hằng. Theo Người, chúng ta cũng sẽ trở nên những người gieo hạt: gieo những hạt giống của Tin Mừng, trông nom cánh đồng nơi Chúa sai ta đến, và mong đợi một mùa gặt bội thu."

Tin Mừng Đơn Giản Là Gì?

–Lu-ca 24:1-7– Ngày thứ nhất trong tuần, vừa tảng sáng, các bà đi ra mộ, mang theo dầu thơm đã chuẩn bị sẵn.

Họ thấy tảng đá đã lăn ra khỏi mộ. Nhưng khi bước vào, họ không thấy thi hài Chúa Giê-su đâu cả. Họ còn đang phân vân, thì kìa hai người đàn ông y phục sáng chói, đứng bên họ. Đang lúc các bà sợ hãi, cúi gầm xuống đất, thì hai người kia nói: "Sao các bà lại tìm Người Sống ở giữa kẻ chết? Người không còn đây nữa, nhưng đã sống lại rồi. Hãy nhớ lại điều Người đã nói với các bà hồi còn ở Ga-li-lê, là Con Người phải bị nộp vào tay phường tội lỗi, và bị đóng đinh vào thập giá, rồi ngày thứ ba sống lại."

PHẦN MỘT...

"Thiên Chúa tạo dựng nên một thế giới hoàn hảo."

🖐 Dùng tay bạn tạo một vòng tròn lớn.

"Ngài tạo nên con người là một phần của gia đình Ngài."

🖐 Đan hai tay vào nhau.

PHẦN HAI...

"Con người không vâng lời Thiên Chúa, mang tội lỗi và làm tổn thương thế giới."

🖐 Giơ nắm đấm sẵn sàng chiến đấu.

"Cho nên con người đã phải rời bỏ gia đình Thiên Chúa."

🖐 Đan hai tay vào rồi tách ra.

PHẦN BA...

"Thiên Chúa sai Chúa Giê-su là Con của Ngài đến thế gian. Chúa Giê-su sống một cuộc đời hoàn hảo."

> ✋ Giơ hai tay lên trên đầu và tạo một chuyển động hướng xuống.

"Chúa Giê-su chết trên thập tự vì tội lỗi của chúng ta."

> ✋ Dùng ngón tay giữa này chỉ vào lòng bàn tay của tay kia cho cả hai tay.

"Người được mai táng."

> ✋ Dùng tay trái giữ khuỷu tay phải và di chuyển tay phải ra sau như thể đang được mai táng.

"Thiên Chúa phục sinh Người vào ngày thứ ba."

> ✋ Giơ ba ngón tay lên cao hướng về đằng sau.

"Thiên Chúa thấy và chấp nhận sự hy sinh của Chúa Giê-su vì tội lỗi chúng ta."

> ✋ Hạ hai tay xuống trong khi lòng bàn tay hướng ra ngoài. Sau đó, giơ hai cánh tay lên và bắt chéo trên ngực bạn.

THỨ TƯ...

"Những ai tin Chúa Giê-su là Con Thiên Chúa và đã chuộc tội..."

> ✋ Giơ hai tay về phía người bạn tin tưởng.

"...ăn năn hối lỗi..."

✋ Hai lòng bàn tay hướng ra ngoài, che lấy mặt; đầu quay đi.

"...và cầu xin được cứu rỗi..."

✋ Úp hai tay vào nhau.

"...được đón chào trở về nhà Chúa."

✋ Đan hai tay vào nhau.

"Bạn đã sẵn sàng trở về nhà Chúa chưa? Hãy cầu nguyện cùng nhau. Nói với Chúa rằng bạn tin Ngài đã tạo dựng nên một thế giới hoàn hảo và sai Con của Ngài chết đi vì tội lỗi của loài người chúng ta. Hãy ăn năn hối lỗi, và cầu xin Chúa mang bạn trở về nhà Ngài."

- *Quan trọng!* Lúc này hãy đảm bảo rằng mọi người bạn đang giảng dạy đều là những tín hữu thật sự. Cho họ cơ hội để trả lời câu hỏi: "Bạn đã sẵn sàng trở về nhà Chúa chưa?"
- Lặp lại Tin Mừng Đơn Giản nhiều lần cùng học viên cho đến khi họ thông thạo trình tự. Theo kinh nghiệm của chúng tôi, hầu hết các tín hữu không biết cách chia sẻ niềm tin, vậy bạn hãy bỏ thời gian để đảm bảo mọi người đều nắm rõ ý nghĩa của Tin Mừng Đơn Giản.
- Giúp học viên thông thạo trình tự bằng các ký hiệu tay bằng việc "xây dựng" bài học. Khởi đầu bằng phần một và lặp lại nhiều lần. Sau đó, chia sẻ phần hai và lặp lại nhiều lần. Ôn lại cả hai phần cùng nhau nhiều lần. Tiếp thoe, chia sẻ phần ba và lặp lại nhiều lần, rồi ôn lại phần một, phần hai, phần ba cùng nhau. Cuối cùng, giảng dạy cho học viên phần bốn và ôn lại nhiều lần. Học viên sẽ có thể lặp lại toàn bộ trình tự cùng các ký hiệu tay nhiều lần để thông thạo.

Câu Kinh Thánh Ghi Nhớ

> *-Lu-ca 8:15- Hạt giống rơi vào đất tốt: đó là những kẻ nghe Lời với tấm lòng cao thượng và quảng đại, rồi nắm giữ và nhờ kiên trì mà sinh hoa kết quả.*

- Mọi người cùng đứng lên và đọc câu Kinh Thánh ghi nhớ mười lần. Sáu lần đầu tiên, học viên tra Kinh Thánh hay sách hướng dẫn. Bốn lần sau, học viên tự đọc bằng trí nhớ của mình. Học viên nên nên đọc vị trí trước rồi mới đến nội dung của câu Kinh Thánh ghi nhớ, và ngồi xuống khi hoàn thành.

Thực Hành

- HÃY ĐỌC KĨ! Giai đoạn thực hành của bài học gieo hạt không hề giống với những giai đoạn thực hành khác.
- Để nghị học viên đứng đối diện với cộng sự của mình. Mọi người nên lập lại Tin Mừng Đơn Giản trong khi thực hiện các ký hiệu tay.
- Sau khi hoàn thành đợt đầu tiên, mọi người nên tìm kiếm một cộng sự khác, đứng đối diện với nhau, và đọc Tin Mừng Đơn Giản trong khi thực hiện các ký hiệu tay.
- Sau khi hoàn thành đợt thứ hai, học viên tiếp tục tìm kiếm cộng sự mới và lặp lại trình tự cho đến khi đủ tám lần.
- Khi các học viên đã hoàn thành, để nghị cả lớp đọc Tin Mừng Đơn Giản và thực hiện các ký hiệu tay cùng nhau. Bạn sẽ bất ngờ về sự tiến bộ đáng ngạc nhiên của họ sau khi đã tập luyện rất nhiều lần!

HÃY NHỚ GIEO TRỒNG HẠT GIỐNG TIN MỪNG!

"Hãy nhớ gieo trồng hạt giống Tin Mừng! Nếu bạn không gieo, sẽ chẳng có mùa gặt. Nếu bạn gieo ít, bạn chỉ gặt được rất ít. Nếu bạn gieo nhiều, Thiên Chúa sẽ trả công cho bạn bằng một mùa bội thu. Bạn sẽ muốn một mùa gặt như thế nào?

"Khi bạn hỏi ai đó liệu họ có muốn biết nhiều hơn về việc theo Chúa Giê-su không và họ trả lời "có", đó là lúc để gieo trồng hạt giống Tin Mừng. Thiên Chúa đang làm việc trong cuộc đời họ!

"Hạy gieo trồng hạt giống Tin Mừng! Không gieo hạt sẽ không có mùa gặt. Chuá Giê-su là Người Gieo Hạt và Người đang tìm kiếm một mùa gặt bội thu.

"Hãy bỏ vài phút để nghĩ về người mà bạn sẽ chia sẻ bài học ngày hôm nay sau khi kết thúc khóa học. Viết tên người đó vào góc trên trang đầu tiên của bài học hôm nay."

Kết Thúc

Chương 29 Câu 21 Ở Đâu Trong Sách Công Vụ Tông Đồ? ☙

"Hãy mở ra Sách Công Vụ Tông Đồ chương 29 câu 21."

- Các học viên sẽ nói rằng Sách Công Vụ Tông Đồ chỉ có hai mươi tám chương.

"Kinh Thánh của tôi có Chương 29 của Sách Công Vụ Tông Đồ."

- Đề nghị vài học viên tiến lên phía trước, chỉ vào cuối Chương 28 trong sách Kinh Thánh của họ và nói rằng sách của họ cũng có Chương 29 Sách Công Vụ Tông Đồ.

"Giờ đây là "Chương 29 Sách Công Vụ Tông Đồ". Thiên Chúa đang ghi lại những gì Chúa Thánh Thần đang hoạt động trong chúng ta, và ngày nào đó chúng ta sẽ có thể đọc được. Bạn muốn Chương 29 nói gì? Bạn thấy được thị kiến gì? Bản đồ mà chúng ta đã và đang làm việc chính là "Bản đồ Chương 29 Sách Công Vụ Tông Đồ" và là thị kiến về những gì Thiên Chúa muốn làm trong cuộc đời chúng ta. Tôi muốn chia sẻ Thị kiến Chương 29 Sách Công Vụ Tông Đồ của tôi cùng các bạn."

- Chia sẻ "Thị kiến Chương 29 Sách Công Vụ Tông Đồ" với cả lớp. Đảm bảo rằng bạn sẽ có quan niệm, tư tưởng dành cho các tín hữu và cả những người chưa tin. Thiên Chúa muốn chúng ta loan báo Tin Mừng cho những người chưa tin và đào tạo các tín hữu để họ đi theo Chúa Ki-tô và chia sẻ niềm tin của họ.

"Bản Đồ Chương 29 Sách Công Vụ Tông Đồ đại diện cho thập giá mà Chúa Giê-su kêu gọi mỗi người chúng ta phải mang. Giờ đây chúng ta mong muốn được tham dự vào giờ phút thiêng liêng để trình bày bản đồ của chúng ta, cầu nguyện cho người khác, và cam kết sống một cuộc sống đi theo Chúa Giê-su."

BẢN ĐỒ CHƯƠNG 29 SÁCH CÔNG VỤ TÔNG ĐỒ - PHẦN 3 ☙

- Đề nghị học viên khoanh vùng ít nhất ba vị trí tiềm năng của các nhóm môn đệ mới trên bản đồ của họ. Họ nên viết ra lãnh đạo nhóm tiềm năng, và gia đình tổ chức bên cạnh vòng tròn.
- Nếu họ đã thành lập một nhóm, hãy chúc mừng và nói họ viết lên trên bản đồ. Nếu họ vẫn chưa thành lập nhóm nào, hãy giúp họ nhận ra nơi nào Thiên Chúa đang làm việc.
- Đây là lần cuối các học viên phải chuẩn bị bản đồ của họ trước khi trình bày. Nếu cần, hãy thêm một chút thời gian.

10

Vác Lấy

Vác Lấy là chương kết thúc. Chúa Giê-su ra lệnh chúng ta vác thập giá mình và theo Người mỗi ngày. Bản Đồ Chương 29 Sách Công Vụ Tông Đồ là một bức tranh mô tả thập giá mà Chúa Giê-su kêu gọi mỗi học viên phải vác lấy.

Ở chương cuối này, học viên trình bày Bản Đồ Chương 29 Sách Công Vụ Tông Đồ của họ cho cả lớp. Sau mỗi lần trình bày, cả lớp đặt tay lên người thuyết trình và bản đồ, cầu nguyện cho phước lành của thiên Chúa và xức dầu cho sứ vụ của họ. Cả lớp thử thách người thuyết trình bằng việc lập lại mệnh lệnh "Vác thập giá mình mà theo Chúa Giê-su" ba lần. Học viên trình bày Bản Đồ Chương 29 Sách Công Vụ Tông Đồ của họ theo lượt cho đến khi tất cả đều hoàn thành. Giờ đào tạo kết thúc bằng một bài ca thờ phượng cam kết ra đi kêu gọi môn đệ và một lời cầu nguyện bởi một người lãnh đạo tâm linh đã được công nhận.

Ca Tụng

- Nhờ ai đó cầu nguyện cho sự hiện diện và phước lành của Thiên Chúa.
- Cùng hát hai bài thánh ca hoặc điệp khúc.

Cầu Nguyện

- Đề nghị người lãnh đạo tâm linh đã được công nhận trong lớp cầu nguyện cho phước lành của Thiên Chúa cho giờ khắc cam kết đặc biệt này.

Ôn Tập

Các giai đoạn ôn tập đều giống nhau. Đề nghị học viên đứng lên và thuật lại bài học trước. Đảm bảo rằng họ cũng thực hiện các ký hiệu tay.

Tám hình ảnh giúp ta noi gương Chúa Giê-su là gì?
Người Lính, Người Tìm Kiếm, Mục Tử, Người Gieo Hạt, Người Con, Đấng Thánh, Người Tôi Tớ, Người Quản Lý.

Sinh sôi nảy nở
Ba điều một người quản lý làm?
Mệnh lệnh đầu tiên cho loài người của Thiên Chúa là gì?
Mệnh lệnh cuối cùng cho loài người của Chúa Giê-su?
Làm sao để ta sinh sôi nảy nở?
Tên hai vùng biển nằm ở Ít-ra-en?
Tại sao chúng lại khác nhau thế?
Bạn muốn trở nên như vùng biển nào?

Tình yêu

Ba điều một một mục tử làm?
Mệnh lệnh ra đi rao giảng quan trọng nhất là gì?
Tình yêu đến từ đâu?
Thờ Phượng Đơn Giản là gì?
Tại sao chúng ta thực hiện Thờ Phượng Đơn Giản?
Cần bao nhiêu người để thực hiện Thờ Phượng Đơn Giản?

Cầu nguyện

Ba điều một vị thánh làm?
Chúng ta nên cầu nguyện thế nào?
Thiên Chúa sẽ đáp lời chúng ta như thế nào?
Số điện thoại của Thiên Chúa là gì?

Vâng lời

Ba điều một người tôi tớ làm?
Ai có quyền lực tối thượng?
Bốn mệnh lệnh mà Chúa Giê-su đã ban cho mỗi tín hữu?
Chúng ta nên vâng theo Chúa Giê-su thế nào?
Chúa Giê-su đã hứa gì với chúng ta?

Bước đi

Ba điều một người con làm?
Suối nguồn quyền năng trong Sứ vụ của Chúa Giê-su là từ đâu?
Chúa Giê-su đã hứa với các tín hữu điều gì về Chúa Thánh Thần trước khi chết trên thập tự?
Chúa Giê-su đã hứa với các tín hữu điều gì về Chúa Thánh Thần sau khi phục sinh?
Bốn mệnh lệnh để vâng theo của Chúa Thánh Thần?

Ra đi

Ba điều một người tìm kiếm làm?
Chúa Giê-su đã làm thế nào để quyết định nơi chốn để thực hiện sứ vụ?
Chúng ta nên quyết định nơi chốn để thực hiện sứ vụ của mình như thế nào?
Làm sao chúng ta có thể biết được liệu Thiên Chúa có đang làm việc không?
Chúa Giê-su đang làm việc ở đâu?
Còn nơi nào Chúa Giê-su đang làm việc nữa không?

Chia sẻ

Ba điều một người lính làm?
Chúng ta đánh bại Sa-tan bằng cách nào?
Dàn ý của một lời chứng mạnh mẽ?
Những lời khuyên quan trọng?

Sow

Ba điều một người gieo hạt làm?
Tin Mừng Đơn Giản mà chúng ta loan báo là gì?

Học Tập

Chúa Giê-su Ra Lệnh Cho Những Ai Theo Người Làm Gì Mỗi Ngày?

–Lu-ca 9:23– Rồi Đức Giê-su nói với mọi người: "Ai muốn theo tôi, phải từ bỏ chính mình, vác thập giá mình hằng ngày mà theo."

"Từ bỏ chính mình, vác thập giá mình mà theo Chúa Giê-su."

Bốn Tiếng Nói Kêu Gọi Chúng Ta Vác Thập Giá Mình?

TIẾNG NÓI Ở TRÊN

—Mác-cô 16:15— Người nói với các ông: "Anh em hãy đi khắp tứ phương thiên hạ, loan báo Tin Mừng cho mọi loài thọ tạo."

"Chúa Giê-su từ Thiên Đàng kêu gọi chúng ta loan báo Tin Mừng. Người là Đấng có quyền năng tối thượng, và chúng ta nên vâng lời Người mọi lúc, ngay lập tức và bằng cả trái tim.

"Đây là tiếng nói từ phía trên."

>Phía trên
>🖐 Chỉ tay hướng lên trời.

TIẾNG NÓI Ở DƯỚI

—Lu-ca 16:27-28— Ông nhà giàu nói: "Lạy tổ phụ, vậy thì con xin tổ phụ sai anh La-da-rô đến nhà cha con, vì con hiện còn năm người anh em nữa. Xin sai anh đến cảnh cáo họ, kẻo họ lại cũng sa vào chốn cực hình này!"

"Chúa Giê-su kể câu chuyện về một người giàu phải xuống địa ngục. Trong chuyện, người giàu muốn anh La-da-rô nghèo khó rời Thiên Đàng và xuống thế gian để cảnh báo năm người anh em của người giàu về sự thật của địa ngục. Ông Ápraham nói rằng họ đã có đủ cảnh báo rồi. Anh La-da-rô không thể nào trở lại thế gian. Ngay cả những người đã mất và đang ở trong địa ngục cũng kêu gọi chúng ta loan báo Tin Mừng.

"Đây là tiếng nói từ phía dưới."

> Phía dưới
> ✋ Chỉ tay xuống đất.

TIẾNG NÓI BÊN TRONG

–Thư thứ nhất gửi tín hữu Cô-rin-tô 9:16– Thật vậy, đối với tôi, rao giảng Tin Mừng không phải là lý do để tự hào, mà đó là một sự cần thiết bắt buộc tôi phải làm. Khốn thân tôi nếu tôi không rao giảng Tin Mừng!

"Chúa Thánh Thần bên trong ông Phao-lô thúc ép ông loan báo Tin Mừng. Chúa Thánh Thần cũng kêu gọi chúng ta vác thập giá mình và loan báo Tin Mừng.

"Đây là tiếng nói từ bên trong."

> Bên trong
> ✋ Chỉ tay vào ngực mình.

TIẾNG NÓI TỪ BÊN NGOÀI

–Sách Công Vụ Tông Đồ 16:9– Ban đêm, ông Phao-lô thấy một thị kiến: một người miền Makêđônia đứng đó, mời ông rằng: "Xin ông sang Makêđônia giúp chúng tôi!"

"Ông Phao-lô đã lên kế hoạch đến Châu Á, nhưng Chúa Thánh Thần không để ông đi vào lúc đó. Ông thấy một thị kiến có một người miền Ma-kê-đô-ni-a mời ông đến để loan báo Tin Mừng. Những người chưa được tiếp cận khắp mọi nơi trên thế giới kêu gọi chúng ta vác thập giá mình và loan báo Tin Mừng.

"Đây là tiếng nói từ bên ngoài."

Bên ngoài
🖐 Đưa tay hướng về cả lớp và thực hiện hành động mời gọi.

- Ôn lại bốn tiếng nói và các ký hiệu tay nhiều lần cùng các học viên bằng cách hỏi họ tiếng nói là ai, đến từ đâu, và tiếng nói đó nói gì.

Thuyết Trình

Bản Đồ Chương 29 Sách Công Vụ Tông Đồ ☙

- Chia các học viên thành nhiều nhóm tám người. Đề nghị người lãnh đạo tâm linh đã được công nhận trong số các học viên lãnh đạo cho từng nhóm.
- Trình bày quy trình thực hiện giờ sứ vụ sau cho học viên:
- Học viên đặt bản đồ của họ vào trung tâm vòng tròn và lần lượt trình bày cho nhóm của họ. Sau đó, cả nhóm đặt tay trên bản đồ và/hoặc học viên và cầu nguyện cho quyền năng của Thiên Chúa ban phước lành cho họ.
- Mọi người nên cầu nguyện thật to cùng lúc cho học viên. Người lãnh đạo của nhóm kết thúc thời gian cầu nguyện như được Thần Khí dẫn dắt.

- Lúc này, học viên cuộn bản đồ lại, đặt lên vai mình, rồi cả nhóm nói "Vác thập giá mình mà theo Chúa Giê-su" ba lần cùng nhau. Sau đó, học viên tiếp theo thuyết trình và lập lại quá trình như trước đó.
- Trước khi bắt đầu, hãy đề nghị các học viên lập lại "Vác thập giá mình mà theo Chúa Giê-su" ba lần như họ sẽ làm vậy sau khi mỗi người thuyết trình xong bản đồ của mình. Điều này sẽ giúp mọi người biết cách nói cụm từ đó cùng nhau.
- Khi mọi người trong một nhóm đã hoàn tất việc thuyết trình, hãy đề nghị họ tham gia vào nhóm khác chưa hoàn tất cho đến khi tất cả học viên và đào tạo viên đều ở trong một nhóm lớn.
- Kết thúc buổi học bằng một bài ca thờ phượng dâng hiến đầy ý nghĩa với các học viên.

Phần 3

THAM KHẢO

Nghiên Cứu Thêm

Tham khảo các nguồn sau để bàn luận sâu hơn về đề tài được trình bày. Trong những khu vực mới của công tác truyền giáo, đây cũng là danh sách những cuốn sách hay đầu tiên để dịch sau Kinh Thánh.

Billheimer, Paul (1975). *Destined for the Throne.* Christian Literature Crusade.

Blackaby, Henry T. and King, Claude V (1990). *Experiencing God: Knowing and Doing the Will of God.* Lifeway Press.

Bright, Bill (1971). *How to Be Filled with the Holy Spirit.* Campus Crusade for Christ.

Carlton, R. Bruce (2003). *Acts 29: Practical Training in Facilitating Church-Planting Movements among the Neglected Harvest Fields.* Kairos Press.

Chen, John. *Training For Trainers (T4T).* Unpublished, no date.

Graham, Billy (1978). *The Holy Spirit: Activating God's Power in Your Life.* W Publishing Group.

Hodges, Herb (2001). *Tally Ho the Fox! The Foundation for Building World-Visionary, World Impacting, Reproducing Disciples.* Spiritual Life Ministries.

Hybels, Bill (1988). *Too Busy Not to Pray.* Intervarsity Press.

Murray, Andrew (2007). *With Christ in the School of Prayer.* Diggory Press.

Ogden, Greg (2003). *Transforming Discipleship: Making Disciples a Few at a Time.* InterVarsity Press.

Packer, J. I (1993). *Knowing God.* Intervarsity Press.

Patterson, George and Scoggins, Richard (1994). *Church Multiplication Guide.* William Carey Library.

Piper, John (2006). *What Jesus Demands from the World.* Crossway Books.

Ghi chú

1. Galen Currah và George Patterson, *Train and Multiply Workshop Manual* (Project World Outreach, 2004), trang 28.

2. Currah và Patterson, trang 17.

3. Currah và Patterson, trang 8, 9.

Phụ Lục A

Dịch Giả Lưu Ý

Tác giả cho phép dịch tài liệu này sang nhiều thứ tiếng như Thiên Chúa đã chỉ dẫn. Xin theo những hướng dẫn sau khi dịch tài liệu Khóa Đào Tạo Theo Chúa Giê-su:

- Chúng tôi khuyến nghị thực hiện việc đào tạo bằng Khóa Đào Tạo Theo Chúa Giê-su nhiều lần trước khi bắt đầu dịch. Bản dịch nên nhấn mạnh ý nghĩa sâu chứ không phải chỉ theo nghĩa đen, hay dịch theo từng chữ một. Ví dụ, với cụm từ "Đi bằng Thần Khí", ta sẽ dịch ra "Sống theo Thần Khí" như trong bản Kinh Thánh của bạn, dịch "Sống theo Thần Khí", và điều chỉnh ký hiệu tay nếu cần.
- Bản dịch nên được dịch theo ngôn ngữ thường chứ không phải "ngôn ngữ tôn giáo" của các bạn, càng nhiều càng tốt.
- Bản dịch nên dựa theo bản Kinh Thánh được sử dụng nhiều nhất ở khu vực của bạn để cộng đồng của bạn có thể hiểu được. Nếu chỉ có một bản dịch và bản dịch đó khó hiểu, hãy cập nhật các thuật ngữ theo các trích dẫn Kinh Thánh để làm rõ nghĩa hơn.
- Dùng một thuật ngữ có nghĩa tích cực cho từng hình ảnh trong tám hình ảnh của Chúa Ki-tô. Thông thường, đội ngũ giảng dạy có thể cần thử nghiệm nhiều lần trước khi tìm ra được thuật ngữ đúng.

- Dịch "Thánh" sang một thuật ngữ truyền đạt được hình ảnh một con người thánh thiện thờ phượng, cầu nguyện, và sống một cuộc sống lương thiện Nếu từ dùng để mô tả sự thánh thiện của Chúa Giê-su trong ngôn ngữ của bạn là giống nhau, thì không cần dùng "Đấng Thánh". Chúng tôi dùng "Đấng Thánh" ở đây vì "Thánh" không thích hợp để mô tả Chúa Giê-su.
- "Tôi tớ" có thể khó khăn trong việc dịch thuật theo nghĩa tích cực, nhưng điều đó rất quan trọng. Hãy cẩn thận khi chọn lựa thuật ngữ để có thể truyền đạt được hình ảnh về một người làm việc chăm chỉ, có một trái tim khiêm nhường, và luôn hăng say giúp đỡ người khác. Hầu hết các nền văn hóa đều có ý niệm về một "tấm lòng người tôi tớ."
- Chúng tôi dựng nên toàn bộ trò chơi sinh hoạt ở Đông Nam Á và đã điều chỉnh cho phù hợp với nền văn hóa nơi đây. Hãy điều chỉnh tùy ý cho phù hợp với nền văn hóa của bạn, đảm bảo rằng bạn sẽ dùng các từ ngữ và tư tưởng phù hợp với cộng đồng của bạn.
- Chúng tôi sẵn lòng lắng nghe công việc của bạn và sẵn sàng giúp đỡ bằng mọi cách có thể.
- Liên lạc với chúng tôi qua địa chỉ email: *translations@FollowGiê-suTraining.com* để chúng ta có thể cộng tác và thấy được càng nhiều người theo Chúa Giê-su hơn!

Phụ Lục B

Những Câu Hỏi Thường Gặp

1. Mục đích chính của Đào Tạo Môn Đệ Cấp Tiến?

Một nhóm nhỏ tín hữu (những người họp lại để thờ phượng, cầu nguyện, học hỏi Kinh Thánh, và chịu trách nhiệm vâng theo mệnh lệnh của Chúa Giê-su ban cho mỗi người) là viên gạch nền móng của bất kì giáo hội hay phong trào lâu dài vững mạnh nào. Mục đích của chúng tôi là truyền sự tự tin cho mọi người để họ đi theo kế hoạch của Chúa Giê-su để vươn đến thế giới bằng việc đào tạo họ thực hiện ba bước trong kế hoạch của Người: Lớn mạnh trong Chúa, loan báo Tin Mừng, đào tạo môn đệ. Công tác truyền giáo đôi khi là chất xúc tác, nhưng không là trọng tâm của một phong trào "Môn đệ đào tạo môn đệ".

Theo kinh nghiệm của chúng tôi, hầu hết các tin hữu chưa từng trải qua kiểu biến đổi của cộng đồng mà một nhóm môn đệ tạo nên. Trong phong trào "Môn đệ đào tạo môn đệ", các gia đình giảng dạy lẫn nhau trong giờ cầu nguyện; các nhà thờ giảng dạy cho các tín hữu trong các nhóm môn đệ và lớp giáo lý ngày Chúa Nhật; các chi nhóm giảng dạy cho thành viên cách giảng dạy người khác; và các giáo hội mới thành lập thường bắt đầu từ những nhóm môn đệ nhỏ. Trong phong trào này, các nhóm môn đệ ở khắp nơi.

2. Điểm khác biệt giữa đào tạo và giảng dạy?

Đó chính là Trách Nhiệm. Giảng dạy nuôi nấng tâm trí. Đào tạo nuôi nấng bàn tay và trái tim. Trong việc giảng dạy, giảng viên giảng nhiều nhưng học viên chỉ đưa ra vài câu hỏi. Trong việc đào tạo, học viên phát biểu nhiều và đào tạo viên chỉ đưa ra vài câu hỏi. Sau một buổi giảng dạy, câu hỏi thường gặp là "Họ có thích không? hoặc "Họ có hiểu không?" Sau một buổi đào tạo, câu hỏi chính là "Liệu họ có thực hiện không?"

3. Tôi nên làm gì nếu tôi không thể hoàn thành bài học trong thời gian đã định?

Quá trình đào tạo đóng vai trò rất quan trọng trong Khóa Đào Tạo Theo Chúa Giê-su. Giảng dạy học viên không những về nội dung, mà còn về cách đào tạo những người khác. Phân đôi giai đoạn "Học tập" nếu bạn không có đủ thời gian để hoàn thành toàn bộ bài học chỉ trong một buổi học. Việc duy trì quá trình đào tạo và phân đôi bài học thành hai phần sẽ tốt hơn là bỏ một phần nào đó của quá trình đào tạo.

Thông thường chúng ta bị cám dỗ bỏ qua trách nhiệm và thời gian thực hành, làm cho cẩm nang này trở nên giống như một cuốn sách nghiên cứu Kinh Thánh truyền thống. Tuy nhiên, chìa khóa cho sự nhân rộng chính là trách nhiệm và thực hành. Đừng bỏ qua! Thay vì vậy, hãy phân chia giai đoạn "Học tập" thành hai phần hay nhiều hơn để giữ nguyên quá trình đào tạo.

4. Bạn có thể cho tôi thêm vài ý tưởng về cách bắt đầu?

Hãy tự mình bắt đầu. Bạn không thể cho những gì bạn không có. Học qua bài học và ứng dụng vào cuộc sống thường ngày. Đừng có sai lầm phổ biến là cho rằng bạn phải đạt được trình độ nào đó trước khi đào tạo người khác. Bạn cũng không thể nhận được những gì bạn không cho đi. Nếu bạn là một tín hữu, Chúa Thánh Thần ngự trong bạn sẽ đảm bảo cho bạn đạt đến trình độ cần thiết để tiến hành việc đào tạo.

Có hai điều tất yếu là khi bạn chưa học, bạn không thể giảng dạy và bạn không thể học khi bạn chưa giảng dạy. Hãy cứ làm đi. Bước ra bên ngoài và giảng dạy quên mình cho mọi người. Khi bạn tham gia vào nơi Thiên Chúa đang làm việc, sẽ có nhiều cơ hội cho bạn thực hiện việc đào tạo. Khi đào tạo cho năm người, hãy tưởng tượng bạn đang đào tạo cho năm mươi người và ngược lại. Gieo ít gặt ít, gieo nhiều gặt nhiều. Bạn sẽ thấy kết quả mình thu được thường tương xứng với trách nhiệm đào tạo của mình.

5. "Nguyên tắc số năm" là gì?

Học viên phải thực hành một bài học năm lần trước khi họ có đủ tự tin để ra đi rao giảng. Lần đầu, học viên sẽ nói: "Xin cám ơn, thật là một bài học hay." Lần thứ hai (Sau khi họ đã giảng dạy bài học), họ sẽ nói : "Tôi nghĩ tôi có thể giảng dạy bài học này, nhưng tôi vẫn chưa chắc chắn lắm." Lần thứ ba, học viên sẽ nói : "Giảng dạy bài học này cho người khác cũng không khó khăn như tôi nghĩ. Tôi đoán là mình có thể làm được."

Lần thứ tư, học viên sẽ nói: "Tôi có thể thấy được tầm quan trọng của bài học này. Vì thế tôi muốn giảng dạy cho những người khác. Càng lúc càng trở nên dễ dàng hơn." Lần thứ năm, học viên sẽ nói: "Tôi có thể giảng dạy cho mọi người để họ tiếp tục ra đi rao giảng. Tôi tự tin rằng Thiên Chúa sẽ áp dụng bài học này để thay đổi cuộc sống của gia đình và bạn bè tôi."

Thực hành một bài học gồm có "thấy" hoặc "thực hiện". Vì thế, chúng tôi khuyến nghị có giờ thực hành hai lần. Học viên nên thực hành một lần cùng với người cộng sự cầu nguyện của họ, rồi lập lại với một cộng sự khác.

6. Tại sao bạn lại dùng nhiều ký hiệu tay thế?

Lúc đầu trông có vẻ trẻ con, nhưng hầu hết mọi người sẽ nhận ra rằng nó giúp họ nhớ nhanh hơn. Áp dụng các ký hiệu tay hỗ trợ cho những người ưa vận động và có phong cách học tập trực quan.

Tuy nhiên, hãy cẩn thận với các ký hiệu tay! Hãy kiểm tra phong tục địa phương nơi bạn giảng dạy và đảm bảo rằng không có bất cứ ký hiệu tay nào thiếu tế nhị hay có nghĩa khác với những gì bạn muốn chuyển tải. Chúng tôi đã kiểm nghiệm thực tế ở nhiều nước Đông Nam Á, nhưng kiểm tra lại vẫn tốt hơn.

Đừng ngạc nhiên khi các bác sĩ, luật sư và những học viên có trình độ cao hăng say trong việc học và thực hiện các ký hiệu tay. Lời nhận xét chúng tôi thường nghe là "Cuối cùng thì tôi cũng đã học được bài học mà tôi có thể áp dụng để giảng dạy cho mọi người và họ sẽ hiểu được."

7. Tại sao những bài học này lại đơn giản thế?

Chúa Giê-su đào tạo theo cách đơn giản và dễ nhớ. Chúng tôi áp dụng các ví dụ thực tế và những câu chuyện vì đó là cách mà Chúa Giê-su đã thực hiện. Chúng tôi tin rằng một bài học có thể nhân rộng thật sự chỉ nếu khi nó vượt qua được "bài kiểm tra khăn ăn." (Bài học có thể viết trên một chiếc khăn ăn sau một bữa ăn thông thường được không và có thể nhân rộng ra ngay lập tức bởi học viên không?). Các bài học trong Khóa Đào Tạo Theo Chúa Giê-su "tự dạy chính mình" và trông cậy vào Chúa Thánh Thần để gieo trồng những hạt giống tốt. Tính đơn giản là điểm mấu chốt của khả năng nhân rộng.

8. Những lỗi thường gặp khi giảng dạy cho người khác?

- *Bỏ qua Trách Nhiệm Đào Tạo:* Các nhóm nhỏ điển hình thường họp lại để thờ phượng, cầu nguyện và học tập Kinh

Thánh. Việc đào tạo không những chỉ có ba hoạt động đó mà còn bao gồm cả trách nhiệm thông qua giờ "thực hành". Hầu hết mọi người tin rằng họ không thể đảm bảo về trách nhiệm hành xử đầy yêu thương của những người khác, nên họ bỏ qua phần này. Tuy nhiên, bằng việc đưa ra những ví dụ và câu hỏi không mang tính phê bình, một nhóm có thể đảm bảo trách nhiệm của từng người và thấy được sự phát triển quan trọng của tâm hồn.

- *Tập trung vào Một Vài Người và bỏ qua Số Đông*: Theo lý thuyết, giảng dạy theo kiểu một kèm một sẽ có kết quả tốt, nhưng lại hạn chế trong thực hành. Chuẩn mực Kinh Thánh dường như là đào tạo môn đệ theo từng nhóm nhỏ. Chúa Giê-su ở cùng với các thánh Phê-rô, Gia-cô-bê và Gio-an nhiều nhất. Một nhóm người hộ tống thánh Phê-rô trong cuộc hành trình kêu gọi môn đệ và hỗ trợ tại giáo hội ở Giê-ru-sa-lem. Các thư của Thánh Phao-lô được hoàn tất cùng danh sách các nhóm người mà ngài nhận làm môn đệ.

- Thật ra, chỉ có khoản mười lăm đến hai mươi phần trăm những người bạn đào tạo sẽ trở nên những người đi rao giảng. Nhưng đừng thất vọng. Cho dù với tỷ lệ như vậy, Thiên Chúa vẫn tạo nên phong trào đào tạo môn đệ nếu chúng ta có đủ niềm tin để gieo trồng hạt giống Tin Mừng rộng khắp.

- *Nói Quá Nhiều*: Trong một buổi học điển hình chín mươi phút, đào tạo viên có thể giảng khoảng ba mươi phút. Học viên dùng hầu hết thời gian để thờ phượng, cầu nguyện, chia sẻ, và thực hành. Nhiều người thuộc nền văn hóa tây phương phạm lỗi đảo ngược thứ tự thời gian này.

- Đào tạo không theo phương pháp có thể nhân rộng được: Chìa khóa của phong trào đào tạo môn đệ là khả năng nhân rộng. Vì thế, những người quan trọng nhất mà bạn đang đào tạo không chỉ trong lớp học đó, mà là các môn đệ thế hệ thứ ba, thứ tư, thứ năm của các môn đệ đi rao giảng.

- Câu hỏi có tính chỉ dẫn phải là "Liệu các môn đệ thế hệ kế tiếp có thể học chính xác những gì tôi đang thực hiện và truyền đạt cho những người khác?" Điều gì sẽ xảy ra nếu các tín hữu thế hệ thứ tư chia sẻ, trình bày, tạo điều kiện, và mang đến đúng kiến thức mà bạn đã truyền đạt? Tính nhân rộng khiến họ có thể học được dễ dàng. Khi không có tính nhân rộng, họ phải điều chỉnh để thích ứng với kiến thức đó.

9. Tôi nên làm gì khi không có tín hữu nào trong nhóm những người chưa được tiếp cận?

- Học Khóa Đào Tạo Theo Chúa Giê-su, tiến hành rao giảng và làm chứng cho những người chưa được tiếp cận. Khóa Đào Tạo Theo Chúa Giê-su cho những người tìm kiếm thấy được một hình ảnh đẹp về Chúa Giê-su và hình ảnh đó có nghĩa gì trong việc trở thành Ki-tô hữu. Tại Đông Nam Á, chúng tôi thường đào tạo môn đệ và loan truyền Tin Mừng. Khóa Đào Tạo Theo Chúa Giê-su trao cho bạn cách thức an toàn để thực hiện những việc ấy.
- Định vị các tín hữu trong một nhóm người có quan hệ chặt chẽ - một nhóm có trình độ kinh tế, chính trị, địa lý, văn hóa tương đồng nhau với nhóm mà bạn đang cố gắng tiếp cận. Đào tạo họ bằng kiến thức từ Khóa Đào Tạo Theo Chúa Giê-su, truyền đạt một thị kiến về việc tiếp cận bạn bè của họ trong nhóm người có quan hệ gần gũi với nhau.
- Đi đến các chủng viện và các lớp giáo lý để tìm ra người từ nhóm những người chưa được tiếp cận của bạn.
- Thông thường Thiên Chúa đã định ra những người lãnh đạo (chỉ là chúng ta không nhận biết được họ). Tìm ra những người chỉ có cha hoặc mẹ từ nhóm những người chưa được tiếp cận của bạn. Nhiều khi những người lãnh đạo đó phải chịu gánh nặng cho nhóm những người chưa được tiếp cận, nhưng lại có ít kinh nghiệm làm thế nào để tiếp cận họ.

10. Những bước đầu tiên để các môn đệ mới tiến hành đào tạo thêm môn đệ?

Khuyến khích học viên theo cách thức của Thờ Phượng Đơn Giản mà họ đã thực hành. Cả nhóm ca tụng Thiên Chúa rồi cầu nguyện cùng nhau. Trong giai đoạn "Học tập", họ giảng dạy lẫn nhau một trong những bài học từ Khóa Đào Tạo Theo Chúa Giê-su hoặc kể một câu chuyện trong Kinh Thánh cùng ba câu hỏi ứng dụng.

Trong giai đoạn "Thực hành", họ lại giảng dạy bài học lẫn nhau. Học viên thực hành quy trình Thờ Phượng Đơn Giản chín lần trong suốt hội thảo và sẽ có đủ tự tin để thành lập một nhóm môn đệ khi họ hoàn tất việc học.

11. Những địa điểm nào khác mà các đào tạo viên đã từng dùng làm nơi truyền đạt các kiến thức này?

Các đào tạo viên đã từng ứng dụng Khóa Đào Tạo Theo Chúa Giê-su thành công theo các phương pháp sau:

- *Hội Thảo* – có số lượng tốt nhất từ 24 đến 30 học viên. Hội thảo kéo dài từ hai ngày rưỡi cho đến ba ngày, tùy thuộc vào trình độ học vấn của học viên.
- *Lớp Học Hàng Tuần* – có số lượng tốt nhất từ 10 cho đến 20 học viên. Nếu có thêm những giờ thực hành Thờ Phượng Đơn Giản thì sẽ kéo dài 12 tuần. Thông thường, lớp học diễn ra ở nhà dân hay trong nhà thờ. Một vài đào tạo viên tổ chức các lớp học trong hai tuần với suy nghĩ rằng các học viên sẽ tiến hành giảng dạy vào tuần nghỉ. Phương pháp này sẽ thúc đẩy phong trào thành lập Hội Thánh phát triển mạnh mẽ.
- *Lớp Học Giáo Lý Ngày Chúa Nhật* – có số lượng tốt nhất từ 8 đến 12 học viên. Do quá trình đào tạo kéo dài, giai đoạn "Học tập" của từng bài học thường được phân đôi

và trải qua 2 ngày Chúa Nhật. Bạn có thể chú trọng vào Thờ Phượng Đơn Giản và tăng khóa đào tạo lên 20 tuần.

- *Chủng Viện hay các Lớp Cao Đẳng Kinh Thánh* – các đào tạo viên đã từng áp dụng Khóa Đào Tạo Theo Chúa Giê-su trong một khóa học trang bị kiến thức chuyên sâu trong 1 tuần và/hoặc các lớp học đào tạo môn đệ hay truyền bá Tin Mừng hàng tuần.

- *Hội Nghị* - có số lượng lên đến 100 học viên, có thể ứng dụng phần Môn Đệ Cơ Bản của Khóa Đào Tạo Theo Chúa Giê-su nếu có thêm các trợ giảng hỗ trợ cho người chủ giảng.

- *Lớp Thuyết Giáo* – Sau khi hoàn thành Khóa Đào Tạo Theo Chúa Giê-su, các mục sư thường giảng dạy cho mọi người về những bài học. Điều này tạo sự hứng thú và động lực cho những người đang thực hiện công tác giảng dạy mọi người đi theo Chúa Giê-su. Tuy nhiên, chúng ta thường bị cám dỗ chỉ "giảng" mà không "đào tạo" kiến thức Khóa Đào Tạo Theo Chúa Giê-su cho mọi người. Các mục sư phải tự bảo vệ mình trước sự cám dỗ này khi thực hiện sứ vụ rao giảng của mình trong lớp thuyết giáo. Các mục sư nên áp dụng những bài học này để tạo sự tự tin cho các đào tạo viên để họ thực hiện sứ vụ giảng dạy của mình cho cộng đoàn.

- *Hội Thảo Truyền Giáo* – các nhà truyền giáo có thể chia sẻ cho những người ủng hộ biết họ đã đào tạo các dân tộc theo phương pháp thực hành như thế nào. Những người ủng hộ thường chú ý đến việc họ đã hào hứng như thế nào khi học cách theo Chúa Giê-su theo phương pháp đơn giản, và công tác truyền giáo đang diễn ra như thế nào.

- *Huấn Luyện* – Một vài đào tạo viên áp dụng vài phần nào đó của các bài học để huấn luyện những người lãnh đạo trong những lúc có thể. Vì Khóa Đào Tạo Theo Chúa Giê-su mang tính toàn diện (từng phần có kết nối chặt chẽ với nhau), nên một đào tạo viên có thể khởi đầu với bất cứ phần nào nhưng hãy đảm bảo rằng họ truyền đạt được một hình ảnh trọn vẹn của việc theo Chúa Ki-tô.

12. Tôi nên làm gì nếu có người không biết chữ hoặc chỉ biết chút ít đến học?

Chà, có rất nhiều điều cần bàn về vấn đề này! Nhưng chỉ có thể làm một điều. Chúng tôi nhớ rất rõ về một khóa học ở Thái Lan mà chủ yếu là phụ nữ từ các bộ tộc vùng đồi phía Bắc. Nền văn hóa của họ cấm phụ nữ đọc hay viết cho đến tuổi thanh thiếu niên. Vì thế, hầu hết đều không biết chữ.

Thông thường, trong khóa học, phụ nữ im lặng lắng nghe trong khi đàn ông học hỏi. Tuy nhiên, theo phương pháp thực hành của Khóa Đào Tạo Theo Chúa Giê-su, mọi phụ nữ đều được tham gia vào khóa học qua hơn 3 ngày. Chúng tôi đề nghị một người biết đọc đọc thật to Kinh Thánh (thay vì cả nhóm đọc cùng nhau) và chia những người phụ nữ thành các nhóm gồm từ năm đến sáu người mỗi nhóm (thay vì từng cặp). Và nước mắt vui mừng đã chảy rất nhiều trong suốt ba ngày đó khi những người phụ nữ ấy nói: "Giờ đây chúng tôi đã được học những điều mà chúng tôi có thể cho đi."

Phụ Lục C

Danh Sách Kiểm Tra

Trước khóa học...

- *Thành Lập một Nhóm Cầu Nguyện* – Lên danh sách mười hai người thuộc nhóm cầu nguyện để chuyển cầu cho khóa học, trước và trong tuần học. Điều này RẤT QUAN TRỌNG!
- *Tuyển một Trợ Giảng* – Nhằm hỗ trợ công việc giảng dạy cho nhóm cùng bạn, là người đã từng tham gia vào khóa học Khóa Đào Tạo Theo Chúa Giê-su: Đào Tạo Môn Đệ Cấp Tiến.
- *Mời Học Viên* – Những người có cùng mức nhạy cảm về văn hóa. Bạn có thể mời bằng thư mời, giấy mời,.v.v.. Một hội thảo Đào Tạo Môn Đệ Cấp Tiến có số lượng tốt nhất là từ 24 đến 30 học viên. Trong trường hợp có nhiều trợ giảng, bạn có thể đào tạo đến 100 học viên. Đào Tạo Môn Đệ Cấp Tiến cũng có thể được truyền đạt hiệu quả cho một khóa học hàng tuần cho của một nhóm từ ba học viên trở lên.
- *Hậu Cần* – Sắp xếp chỗ ở, thực phẩm và phương tiện đưa đón nếu cần.
- *Bố Trí Phòng Học* – Gồm có hai bàn tiếp tế ở phía sau phòng học, ghế được xếp theo hình tròn và có nhiều phòng học để học viên hoạt động trong suốt buổi học.

Nếu được, hãy đặt một tấm thảm hay chiếu xuống sàn thay vì ghế. Sắp xếp hai giai đoạn giải lao mỗi ngày với cà phê, trà, bữa ăn nhẹ.
- *Chuẩn Bị Nhu Yếu Phẩm Cho Lớp Học* – Kinh Thánh, bản trắng/giấy gói hàng loại dày, viết, tập vở cho học viên, tập vở cho người lãnh đạo, giấy trắng khổ to cho Bản Đồ Chương 29 Sách Công Vụ Tông Đồ của học viên, bút màu hay phấn màu, sổ tay, bút bi, bút chì.
- *Sắp Xếp Giờ Cầu Nguyện* – Dùng các bản chép nhạc hay sách thánh ca cho mỗi học viên. Đề nghị ai đó biết chơi ghi-ta trong lớp giúp bạn (nếu có thể. Tiêu đề của mỗi bài học là gợi ý cho việc lựa chọn bài hát cho buổi học đó.
- *Chuẩn Bị Vật Phẩm Hỗ Trợ Các Hoạt Động Khi Học* – bong bóng, chai nước, giải thưởng.

Trong suốt khóa học...

- *Hãy Linh Hoạt* – Duy trì lịch trình, nhưng hãy linh hoạt để tham dự vào công việc của Thiên Chúa làm cho đời sống của học viên.
- *Trách Nhiệm và Khả Năng Chịu Đựng Căng Thẳng* – đảm bảo rằng học viên thực hành giảng dạy lẫn nhau sau mỗi khi bạn truyền đạt cho họ. Nếu không có thực hành, học viên sẽ không có đủ tự tin để giảng dạy. Rút ngắn bài học vẫn tốt hơn là bỏ qua giờ thực hành. Thực hành và Trách nhiệm chính là chìa khóa cho sự sinh sôi nảy nở.
- *Tạo Cơ Hội Cho Mọi Người Được Làm Lãnh Đạo* – đề nghị từng người thực hiện việc cầu nguyện vào cuối mỗi buổi học. Cho đến khi kết thúc buổi học, mọi người cùng cầu nguyện với nhau ít nhất một lần.
- *Truyền Tự Tin và Nhận Ra Tài Năng Từng Học Viên* – Giúp các học viên tự tin thể hiện tài năng của mình trong suốt hội thảo. Lênh danh sách những học viên đó trong các lĩnh vực – âm nhạc, cầu nguyện, dạy học, hài, phục vụ,.v.v..

- Ôn Tập, Ôn Tập, Ôn Tập – đừng bỏ qua giai đoạn ôn tập vào đầu mỗi buổi học . Vào cuối hội thảo hay khóa học, mỗi học viên đều phải có thể ghi nhớ, thực hiện toàn bộ câu hỏi, đáp án, và các ký hiệu tay. Nhắc nhở các học viên đào tạo những người khác theo cách mà bạn đã thực hiện. Họ cũng nên thực hiện giai đoạn ôn tập cùng với người sẽ được họ đào tạo.
- *Chuẩn Bị Công Tác Đánh Giá* – Ghi lại những điểm đáng chú ý trong suốt mỗi buổi học về những điều mà học viên chưa hiểu hay những câu hỏi mà họ có thể đưa ra. Những chú ý này sẽ giúp bạn và người trợ giảng trong công tác đánh giá sau này.
- Đừng Bỏ Qua *Thờ Phượng Đơn Giản*– Là một phần thiết yếu của quá trình đào tạo. Khi học viên cảm thấy thoải mái trong việc làm chủ Thờ Phượng Đơn Giản, họ sẽ có tự tin để thành lập một nhóm sau khi khóa học kết thúc.

Après le cours de formation ...

Sau khóa học...

- Đánh Giá Từng Phương Diện của Khóa Đào Tạo cùng với Trợ Giảng Của Bạn – Hãy nhìn lại và đánh giá toàn bộ. Lên danh sách những điều tích cực và những điều tiêu cực. Lên kế hoạch cải thiện khóa đào tạo cho lần sau.
- *Liên Kết với Các Trợ Giảng Tiềm Năng để Tìm Kiếm Sự Hỗ Trợ cho Các Khóa Đào Tạo Trong Tương Lai* – Liên hệ với hai hay ba người đã chứng minh được tiềm năng lãnh đạo của mình trong suốt khóa học để để nghị sự hỗ trợ cho chương trình Đào Tạo Môn Đệ Cấp Tiến trong tương lai.
- *Khuyến Khích Các Học Viên Tham Gia Khóa Học Kế Cùng Bạn Bè của Họ* – Đây là một phương pháp hiệu quả nhằm tăng lượng đào tạo viên.

Lịch Trình

Áp dụng cẩm nang này để hỗ trợ cho các hội thảo ba ngày hay mười hai tuần. Từng buổi trong cả hai lịch trình này đều diễn ra trong khoảng một tiếng rưỡi và áp dụng *Quy Trình Đào Tạo Đào Tạo Viên* trang 22.

Khóa Đào Tạo Môn Đệ Cơ Bản – Ba Ngày

	Ngày 1	Ngày 2	Ngày 3
8:30	Thờ Phượng Đơn Giản	Thờ Phượng Đơn Giản	Thờ Phượng Đơn Giản
9:00	Lời Chào Mừng	Vâng Lời	Gieo Hạt
10:15	*Giải lao*	*Giải lao*	*Giải lao*
10:30	Sinh Sôi Nảy Nở	Bước Đi	Đi Theo
12:00	Bữa trưa	Bữa trưa	Bữa trưa
1:00	Thờ Phượng Đơn Giản	Thờ Phượng Đơn Giản	Thờ Phượng Đơn Giản
1:30	Tình Yêu	Ra Đi	Vác Lấy
3:00	*Giải lao*	*Giải lao*	
3:30	Cầu Nguyện	Chia Sẻ	
5:00	Bữa tối	Bữa tối	

Khóa Đào Tạo Môn Đệ Cơ Bản – Hàng Tuần

Tuần 1	Lời Chào Mừng Thờ Phượng Đơn Giản	**Tuần 7**	Bước Đi
Tuần 2	Sinh Sôi Nảy Nở	**Tuần 8**	Thờ Phượng Đơn Giản
Tuần 3	Tình Yêu	**Tuần 9**	Ra Đi
Tuần 4	Thờ Phượng Đơn Giản	**Tuần 10**	Chia Sẻ
Tuần 5	Cầu Nguyện	**Tuần 11**	Đi Theo
Tuần 6	Vâng Lời	**Tuần 12**	Vác Lấy

Các Nguồn Khác

Các trang Web

Các bản dịch hiện tại

Học viên

www.ingramcontent.com/pod-product-compliance
Lightning Source LLC
Chambersburg PA
CBHW071459040426
42444CB00008B/1416